संज्या छाया

प्रशांत दळवी यांचे प्रकाशित साहित्य

नाटक

चारचौघी (१९९१)

ध्यानीमनी (१९९५)

चाहूल (१९९९)

सेलिब्रेशन (२००४)

गेट वेल सून (२०१४)

संज्या छाया

प्रशांत दळवी

पॉप्युलर प्रकाशन, मुंबई

संज्या छाया
(म-१३६६)
पॉप्युलर प्रकाशन
ISBN 978-81-958324-6-0

Sanjya Chhaya
(Marathi : Play)
Prashant Dalvi

पहिली आवृत्ती : २०२२/१९४४

मुखपृष्ठ : अक्षर कमल शेडगे

मुखपृष्ठावरील छायाचित्र : सिद्धेश कोंडविलकर

मुद्रितशोधन : मिलिंद बोरकर, पुणे

मुद्रणप्रत जुळणी : वर्षा शिंगाडे

प्रकाशक
हर्ष भटकळ
पॉप्युलर प्रकाशन प्रा. लि.
३०१ महालक्ष्मी चेंबर्स
भुलाभाई देसाई रोड
मुंबई ४०० ०२६

अक्षरजुळणी
महेश पाटील
मानस एंटरप्रायझेस
अंकिता अपार्टमेंट्स, विठ्ठलवाडी
हिंगणे, पुणे ५१
फोन : ९७६५६३२१२४

मुंबई ४०००९७

प्रिय आई,
आमच्या आयुष्यात प्रदीर्घ काळ
तेवत राहिल्याबद्दल...
तुझ्या स्निग्ध सहवासाला...
आणि सात्त्विक स्मृतीला अर्पण...

या नाटकाचा पहिला प्रयोग शनिवार दि. ५ फेब्रुवारी २०२२ रोजी 'जिगीषा' आणि 'अष्टविनायक', मुंबई या नाट्यसंस्थांतर्फे दीनानाथ नाट्यगृह, विले पारले येथे दु. ४ वाजता सादर करण्यात आला.

श्रेयनामावली

लेखक	:	प्रशांत दळवी
दिग्दर्शक	:	चंद्रकांत कुलकर्णी
नेपथ्य	:	प्रदीप मुळ्ये
प्रकाशयोजना	:	रवि रसिक
पार्श्वसंगीत	:	पुरुषोत्तम बेर्डे
वेशभूषा	:	प्रतिमा जोशी, भाग्यश्री जाधव
रंगभूषा	:	उलेश खंदारे
गीत	:	दासू
गीतसंगीत	:	अशोक पत्की
नृत्यरचना	:	खुशबू जाधव
ध्वनी संयोजन	:	विशाल नाटेकर
प्रकाश नियंत्रण	:	सुनील जाधव
नेपथ्य निर्माण आणि व्यवस्था	:	प्रवीण गवळी आणि मंडळी
जाहिरात डिझाईन्स	:	अक्षर कमल शेडगे
स्थिरचित्रण	:	सिद्धेश कोंडविलकर
जाहिरात प्रसिद्धी	:	बी. वाय. पाध्ये पब्लिसिटी
समाजमाध्यम प्रसिद्धी	:	वैभव शेटकर
कार्यालयीन व्यवस्था	:	वर्षा शिंगाडे
निर्मितिसहाय्य	:	जितेंद्र कुलकर्णी
सूत्रधार	:	प्रणित बोडके
निर्माते	:	दिलीप जाधव, श्रीपाद पद्माकर

कलाकार

संज्या	:	वैभव मांगले
छाया	:	निर्मिती सावंत
रघू	:	आशीर्वाद मराठे
श्री. कानविंदे	:	सुनील अभ्यंकर
सौ. कानविंदे	:	योगिनी चौक-बोऱ्हाडे
डॉ. भागवत	:	अभय जोशी
इन्स्पेक्टर	:	संदीप जाधव
सदावर्ते मास्तर	:	मोहन साटम
किशोर	:	राजस सुळे

ऋणनिर्देश

सचिन खेडेकर, सारंग साठे, पॉला, अभिनय सावंत,
पूर्वा सावंत, सार्थ पद्माकर

मनोगत

प्रशांत दळवी

'संज्या छाया' हे माझं मुख्य धारेत सादर झालेलं सहावं नाटक. १९९१-२००० या दशकात माझी तीन नाटकं ('चारचौघी', 'ध्यानीमनी', 'चाहूल') सलग लिहून झाली होती. तर २००१ ते २०२० या दोन दशकात मात्र 'सेलिब्रेशन', 'गेट वेल सून' ही दोनच नाटकं लिहिली गेली. अर्थात या वीस वर्षांत, सात चित्रपट, 'पिंपळपान' ते 'मन सुद्ध तुझं' सारख्या मालिका आणि काही माहितीपटांचंही लिखाणं झालं. या दोन दशकांत नाट्यलेखनाचा हा वेग थोडा मंदावला... कारण त्या त्या माध्यमाच्या बलस्थानांच्या विश्वात प्रवेश करायला वेळ द्यायला लागतो, हे याचं एक कारण असू शकेल.

चित्रपट लिहिताना ज्या चित्रभाषेशी आपली जवळीक निर्माण झालेली असते त्या चित्रभाषेशी पुन्हा फारकत घेऊन रंगमंचीय अवकाशात शिरण्यासाठी आणि रंगभाषेशी पुन्हा नातं जोडण्यासाठी हा वेळ द्यावा लागतो. नाहीतर दोन्ही माध्यमांच्या छाया एकमेकांवर पडण्याची शक्यता निर्माण होते. शिवाय नाट्यप्रक्रियेचा आरंभबिंदू हा नाटककार असतो. मात्र चित्रपटप्रक्रियेचा आरंभबिंदू हा प्रत्येक वेळी पटकथाकारच असेल असं नाही, तर तो दिग्दर्शकही असू शकतो. खरंतर दिग्दर्शकाच्या नजरेतून लिहिलेली कथा म्हणजे पटकथा! त्यामुळे नाटक लिहिताना लेखक जास्त एकटा असतो. त्यानं निवडलेल्या विषयाचं 'नाट्यात्म विधान' होण्यासाठी तर त्याला या विषयाच्या गुंतागुंतीतून एकट्यालाच वाट काढावी लागते. असा आरंभबिंदू बदलला की त्या त्या सर्जनप्रक्रियेचे आयाम आणि आव्हानंही बदलतात. म्हणूनच नाटक लिहिणं हे मला इतर सर्व माध्यमांपेक्षा अवघड, आव्हानात्मक आणि वेळ द्यावा लागणारं माध्यम वाटतं.

माझ्या आठवणीत 'संज्या छाया' हे माझं सगळ्यात झपाट्यानं लिहून झालेलं नाटक! निमित्त ठरलं दिलीपदादांनी (निर्माते दिलीप जाधव) अचानक हाती दिलेलं

जयवंत दळवींचं 'संध्याछाया' नाटकाचं पुस्तक. 'हे नाटक थोडे बदल करून पुन्हा करता येईल का? एकदा वाचून बघा!' असं ते म्हणाले तेव्हा 'संध्याछाया' तर आपलं आवडतं नाटक, आपण बघितलेलं, वाचलेलं... असं मनात आलं. तरीही ते पुन्हा वाचायला घेतलं आणि एका बैठकीत वाचून काढलं. वाचताना आजही नाटकाच्या उत्तरार्धात डोळे भरून आले. डोळ्यांतलं पाणी सरल्यावर त्या जागी एक प्रश्नचिन्ह तरळायला लागलं... या नाटकातल्या नाना-नानींच्या बाबतीत आपल्याला आज नेमकं कशाचं वाईट वाटतंय? त्यांची मुलं आई-वडिलांना सोडून परदेशी गेली याचं? की त्यांनी आई-वडिलांना न सांगता परस्पर तिथेच लग्न केलं याचं? की परदेशी मुलीशी लग्न केलं याचं? की त्यांना वेळ खायला उठतोय याचं? की शेवटी ते झोपेच्या गोळ्या घेऊन आत्महत्या करतात याचं? नेमकं कशानं आपले डोळे भरून आले? असं मी स्वत:ला विचारलं तेव्हा हळूहळू लक्षात आलं, आज मला वाईट वाटतंय ते मुलांखेरीज नाटकातल्या नाना-नानीला दुसरी कुणाचीच सोबत नाही याचं. मुलं म्हणजेच सर्वस्व, आपली मुलं म्हणजेच आपलं जग, असं मानण्याच्या नाना-नानींच्या वृत्तीचं. आधी आपण मुलांचं सगळं करायचं आणि नंतर मुलांनी आपली सेवा करायची या चाकोरीबद्ध अपेक्षांमध्ये ते गुरफटून गेलेत याचं. समवयस्क मित्र-मैत्रिणींची, गरजू मुलांची सोबतही आयुष्यात हिरवळ निर्माण करू शकते ही शक्यताही त्यांच्या गावी नाही याचं... आपल्याला पुढे सावली कशी मिळेल या अपेक्षेनं आपण रोपटं लावतो का? रोपटं वाढवताना आपल्याला मिळणारा अपूर्व आनंद पुरेसा आहेच की! मग 'आपल्या रोपट्यांना स्वतंत्रपणे जगू द्या आणि तुम्हीही स्वतंत्रपणे जगा...' हा विचारही नाटकातल्या नाना-नानींना त्या काळी सुचला नाही याचं...!

...हे वाईट वाटणं 'नाना-नानी' ज्या पन्नास वर्षांपूर्वीच्या काळाचे प्रतिनिधी होते त्या काळाबद्दलचंही होतं. खरंतर त्या काळातल्या मुलं परदेशी गेलेल्या आई-वडिलांबद्दलचं होतं. कारण तेव्हा नुकतीच भारतातली बुद्धिमान तरुण मुलं परदेशी जाण्याची प्रक्रिया सुरू झाली होती. आधी माझ्या डोळ्यात पाणी आलं... मग असं का? हे प्रश्नचिन्ह उमटलं आणि हळूहळू याच विचारात असताना नाना-

नानींच्या जागी अचानक आजच्या काळातले 'संज्या' आणि 'छाया' मला खुणावू लागले. आयुष्यावर आणि एकमेकांवर नितांत प्रेम करणारे, रसरशीत जीवन जगणारे, एका 'ध्येया'त स्वतःला गुंतवून घेतलेले, 'सख्ख्या' मित्रांच्या सहवासात बेधुंद होऊन जीवन जगणारे, हास्यविनोदांमध्ये रममाण झालेले, मुलांविषयी मायेचा दाट ओलावा असलेले, पण त्यांच्याबरोबर दाटीवाटीनं न जगता एकमेकांना भरपूर 'स्पेस' देणारे, मात्र त्यांच्या 'स्पेस'वर मुलांनी आक्रमण केल्यावर मुलांना त्यांची 'जागा' दाखवून देणारे आजच्या काळातले, आजच्या आचार-विचारांचे, आजच्या संवेदनेचे 'संज्या छाया!'

'संध्याछाया' हे 'मास्टर पीस' असलेलं नाटक असं माझ्या नव्या नाट्यलिखाणाचा आरंभबिंदू ठरलं आणि एक वेगळंच नवंकोरं नाटक त्यातून जन्माला आलं. एखाद्या नाटकातून दुसरं स्वतंत्र नाटक उमलण्याचा माझ्यासाठी तरी हा पहिलाच अनुभव. आमचा अभिनेता मित्र सचिन खेडेकर हे नाटक बघितल्यावर दिलेल्या प्रतिक्रियेत म्हणाला, 'संज्या छाया' हे नाटक म्हणजे एका मोठ्या नाटकाला चंदू-प्रशांतनं अत्यंत प्रामाणिकपणे दिलेली मोठी मानवंदना आहे!' तर प्रख्यात गायिका श्रुती सडोलीकर म्हणाल्या, 'फार पूर्वी 'संध्याछाया' हे नाटक पाहिलं होतं. त्या नाटकानं तेव्हा आत कुठेतरी घुसमटायला झालं होतं आणि हे नवीन 'संज्या छाया' पाहिल्यानंतर आज मोकळं, मुक्त झाल्याचा अनुभव आला...' मला या दोन्ही प्रतिक्रिया या संदर्भात खूप बोलक्या वाटतात.

आजवर मी लिहिलेली नाटकं ही गंभीर प्रकृतीची असली तरी त्यात 'ह्युमर' होताच. परंतु 'संज्या छाया' या नाटकात त्यातल्या पात्रांच्या जगण्यातला, बोलण्यातला शुद्ध आनंद नाटकातही पाझरत गेला आणि हा 'ह्युमर' या नाटकाचा प्राण ठरला. त्यातलं 'सामाजिक भाष्य'ही मला कुठे गंभीर, लांब चेहऱ्यानं करावंसं वाटलं नाही तर ते आपोआपच खट्याळपणे तर कधी अगदी नाठाळपणे आलं. म्हणूनच आशयाचा पेला काठोकाठ भरला तरीही ते ज्येष्ठांबद्दलचं टिपिकल 'समस्या प्रधान' नाटक होण्यापासून बचावलं. या नाटकात 'सामाजिक कार्या'ला 'लफडं' म्हटलं गेलं आणि 'कार्य' या रुक्ष शब्दाला प्रेमाचे अनोखे रंग चढले. या नाटकात

माझ्यासाठी सगळ्यात मोठं आव्हान होतं ते नाट्यरचनेचं. 'रचना' किंवा 'आकृतिबंध' हा नेहमीच आशयातून उगवावा असं आपण म्हणतो. 'उगवावा' हा शब्द इथे जाणीवपूर्वक वापरतोय कारण त्यात एक उपजत नैसर्गिकता आहे. कारण नाटक बांधण्याची कसरत एकदा दिसली की रचनेतली ही नैसर्गिकता हरवते आणि मग तुमचं 'क्राफ्टिंग' उघडं पडतं. 'संज्या छाया'मध्ये संजय पाटील आणि छाया पाटील यांचं 'वैयक्तिक जीवन' आणि 'सार्वजनिक जीवन' यांपैकी कोणत्याही एकाच गोष्टीवर अधिक भर दिला गेला असता तर नाटकाचा तोल जाऊन ते पार कोलमडलं असतं. 'वैयक्तिक जीवना'वर भर दिला गेला असता तर ते फक्त 'कौटुंबिक प्रश्नाचं' नाटक झालं असतं आणि त्यातली प्रातिनिधिकता कमकुवत झाली असती. आणि केवळ 'सार्वजनिक जीवना' वर भर दिला असता तर त्यातलं मुलांबरोबरच्या नात्यातलं 'माणूसपण' गमावलं असतं. त्यामुळे नाट्यरचनेत एक प्रसंग 'घरातला' तर एक 'हॅपीनेस सेंटर'मधला असे टाके घालत नाटक विणलं गेलं. हळूहळू त्यांच्या व्यक्तिगत जगण्यात सामाजिकतेचे आणि सामाजिक जीवनात वैयक्तिक आयुष्याचे रंग मिसळायला लागले आणि इतरही सात पात्रांच्या रंगछटा घेऊन रंगमंचाच्या कॅनव्हॉसवर 'संज्या छाया' चितारलं गेलं. माणूस अनेक स्तरांवर एकाच वेळी जगत असतो पण तरीही माणूस तोच असतो त्याप्रमाणे 'संज्या छाया'च्या आयुष्यातल्या या द्विस्तरीय जगण्यातली विलगता आता संपली आणि एका सलग नाट्यानुभवात, नाट्यरसायनात त्याचं रूपांतर झालं.

दि. ७ डिसेंबर २०२० या दिवशी नाटक लिहून पूर्ण झालं आणि 'जिगीषा'तल्या सगळ्या मित्रमैत्रिणींसमोर पहिलं वाचन झालं. त्यांच्या प्रतिक्रियांमधून नाटक सादर करायला जणू पहिलं संमतीपत्रच मिळालं. पण मधल्या काळात कोरोनाचे ढग अख्ख्या जगावर दाटून आले आणि एक युद्धजन्य परिस्थिती निर्माण झाली. नाटक, सिनेमा इत्यादी कलामाध्यमं तर सगळ्यात शेवटच्या प्राधान्यक्रमावर गेली. अस्तित्वाचा प्रश्न निर्माण होतो तेव्हा सादरीकरणाची माध्यमं कोमेजून कोपऱ्यात कशी बसतात याचा प्रथमच अनुभव आला. पहिल्यांदा माझं नाटक रंगमंचावरच्या त्या प्रकाशकिरणांची वाट पाहात दोन वर्षं निपचित पडून होतं.

हळूहळू माणूस अस्तित्वाच्या या भीषण प्रश्नातून बाहेर आला. माणसाच्या जगण्याला जसा एक निश्चित अंत असतो तसा संकटालाही शेवट असतो हे या निमित्तानं जाणवलं. किराणा, भाजीपाल्याची दुर्मीळता संपली आणि आता माणसाची अस्तित्वाच्या अर्थाविषयीची आस पुन्हा जागृत झाली. कारण 'जगण्याचा अर्थ' किराणा दुकानात मिळणार नव्हता, त्यासाठी नाट्यगृहांची दारंच ठोठवावी लागणार होती. म्हणूनच पुन्हा नाट्यगृहं प्रेक्षकांनी बहरली, कलादालनांमधला गजबजाट वाढला आणि ५ फेब्रुवारी २०२२ ला 'संज्या छाया' रंगमंचावर ताकदीनं उभं राहिलं.

चंदूनं (चंद्रकांत कुलकर्णी) दिग्दर्शित केलेलं हे माझं दहावं नाटक. संहिता रंगमंचावर जिवंत होते असं आपण म्हणतो तेव्हा ती जिवंत होण्यासाठी लागणारा प्राणवायू जेव्हा चंदूच्या दिग्दर्शनातून मिळतो तेव्हा नाटक हे 'नाटक' राहातच नाही तर ते एक अनुभव होऊन जातं. माझं नाटक जेव्हा त्याच्या ताब्यात जातं तेव्हा ते आधी 'त्याचं' होतं, मग तो ते 'कलावंतां'चं करतो आणि त्यानंतर ते 'प्रेक्षकां'चं कधी होऊन जातं ते कळतच नाही. हा आनंद त्यानं मला गेली चाळीस वर्षं दिलाय. 'चारचौघी'तला वीस मिनिटांचा फोन हे जसं त्याच्या दिग्दर्शनाचं एक उदाहरण मानलं जातं तसंच 'संज्या छाया' नाटकातलं शेवटचं चर्चेतलं 'नाट्य' त्यानं नऊ पात्रांच्या संरचनेतून, हालचाली आणि स्तब्धतेच्या जागांमधून ज्या पद्धतीनं पोहचवलंय त्याला तोड नाही.

'नाटक' या माध्यमाविषयीची निर्मितीची (सावंत) आस मी गेली पंचवीस वर्षं जवळून बघतोय. छायाच्या भूमिकेचंही तिनं अक्षरश: सोनं केलंय. छायाच्या स्वच्छंदीपणाला जशी निर्मितीच्या अभिनयातली ऊर्जा मिळालीय तशी फोनवर मुलांना सुनावण्याच्या प्रसंगातली तिच्या अभिनयातली धार आणि उत्कटता गलबलून टाकते. वैभव मांगलेचा संज्या हा इतका रसरशीत आणि खरा वाटतो की सगळ्या नाटकाला एक प्रवाहीपण येतं. विनोदी भूमिकांबरोबर गंभीर कामही तो चांगलं करतो हे सिद्ध झालंच आहे. परंतु संज्या साकारताना 'गेट अप्', विशिष्ट वेशभूषा अशी कोणतीही बाह्य आयुधं न वापरता आपण मध्यलयीतलंही

परिपक्व काम करू शकतो, हे त्यानं दाखवून दिलं. या दोघांचीही विनोदाची 'समज' आणि गंभीर काम करण्याची 'धमक' या दोन्हीचा मिलाफ नाटकात दिसतो.

या नाटकात महत्त्वाची कामगिरी बजावणारी श्री. व सौ. कानविंदेंची दुसरी जोडी सुनील अभ्यंकर आणि योगिनी चौक यांनी रंगवली आहे. निवृत्त न्यायमूर्तींच्या छापील मराठी भाषेच्या गमतीला सुनीलनं संपूर्ण न्याय दिला. या नाटकाच्या निमित्तानं आमचा मित्र अभय जवळजवळ पंचवीस वर्षांनी पुन्हा रंगभूमीवर परतल्याचा आनंद माझ्यासाठी आणि 'जिगीषा'तल्या सगळ्यांसाठी खूप मोठा आहे. एकूणच अभय जोशी, आशीर्वाद मराठे, मोहन साटम, संदीप जाधव, राजस सुळे या सगळ्यांनी मला लेखक म्हणून समाधान दिलं. प्रदीप मुळ्येचं नेपथ्य नेहमीप्रमाणेच आशयाला 'घरपण' देणारं! आवर्जून उल्लेख करायला हवा तो पुरुषोत्तम बेर्डे यांच्या लक्षणीय पार्श्वसंगीताचा! गेल्या पस्तीस वर्षांपासून पुरुदादांच्या कामाबद्दल उत्सुकता, ओढ आणि नेहमीच आदर वाटत आलाय. या निमित्तानं पहिल्यांदा माझ्या नाटकाला त्यांच्या सुरांचा साज मिळाला. यातल्या छाया-प्रकाशाचा खेळ रवि-रसिक यांनी तितक्याच जाणकारीनं खेळलाय. तर पात्रांच्या अंतरंगात शिरून स्वभावानुरूप अचूक पेहराव योजलाय वेशभूषाकार प्रतिमा जोशी आणि भाग्यश्री जाधव यांनी. नाटकाच्या शेवटी वापरलेलं दासूचं गीत, अशोक पत्कींचं संगीत आणि खुशबूची नृत्यरचना नाटकाला एका वेगळ्या उंचीवर घेऊन जाते.

'गेट वेल सून'पासून सुरू झालेल्या 'जिगीषा' आणि 'अष्टविनायक'च्या सहप्रवासाला आता दहा वर्षं पूर्ण होताहेत. सुरुवातीला 'सहयोग' या पातळीवर आलेल्या या दोन संस्था आता जुळ्या भावंडांसारख्या एकदिलानं काम करतायत. तुम्ही 'नाट्यत्रयी'सादर करा किंवा 'हॅम्लेट'सारखं कितीही भव्य स्वप्न बघा... आम्ही दर्जाची कुठेही तडजोड न करता तुम्हाला नाटकासाठी हवं ते उपलब्ध करून देऊ हे बळ दिलीप जाधव आणि श्रीपाद पद्माकर या आमच्या निर्माता मित्रांनी दिलं. तरुण सूत्रधार प्रणित बोडके याच्या धडाडीचीही यात साथ मिळाली.

त्यामुळे आपल्याला हवं ते नाटक लिहिण्याची, दिग्दर्शित करण्याची ऊर्मी मला आणि चंदूला मिळाली.

'पॉप्युलर'नं पुस्तक रूपानं प्रकाशित केलेलं हे माझं सहावं नाटक. या वेळीही रामदास भटकळ यांची हे नाटक त्यांनीच प्रकाशित करावं अशी मनापासून इच्छा होती. मी लगेच होकार दिला. नाटकाच्या शंभराव्या प्रयोगालाच पुस्तक प्रकाशित व्हावं यासाठी प्रयत्न करणाऱ्या संपादिका अस्मिता मोहिते, 'पॉप्युलर'चे हर्ष भटकळ या सगळ्यांचे आभार!

नाटक, सिनेमा, संगीत, क्रीडा, राजकारण, वकिली, पत्रकारिता अशा सर्वच क्षेत्रांतल्या मंडळींनी नाटकाला दिलेल्या प्रतिक्रियांनी मन भरून आलं. या प्रतिक्रियांसाठी आता समाजमाध्यमांचं खुलं जागतिक प्रांगण निर्माण झालं आहे. ज्यावर ऑस्ट्रेलियापासून साताऱ्यापर्यंत... 'सिनिअर्स'पासून तरुण पिढीप्रर्यंतचे अनेकजण व्यक्त झाले. समीक्षकांनीही भरभरून लिहिलं आणि प्रतिष्ठेच्या 'दीनानाथ मंगेशकर' पुरस्कारानं नाटकाला गौरवण्यात आलं.

हे मनोगत लिहीत असतानाच इंदौरहून 'सानंद न्यास'च्या जयंत भिसेंचा भारावलेला फोन आला. तिथे त्यांच्या हजारो प्रेक्षक सभासदांसमोर 'संज्या छाया'चे सलग पाच प्रयोग झाले होते आणि सगळ्या इंदौरमध्ये याच नाटकाची चर्चा सुरू आहे असं ते म्हणाले. एक वेगळं समाधान मिळालं. महाराष्ट्राबाहेरच्या या प्रयोगांची दाद आता पुस्तकरूपानं अजून जास्त दूरवर पोहचेल हीच आशा आहे.

१४ नोव्हेंबर २०२२
मुंबई

अंक पहिला

प्रवेश एक

[पडदा उघडतो तेव्हा स्टेजवर कुणीच नाही. एका मध्यमवर्गीय घराचा ड्रॉइंग हॉल. घरात केनचे फर्निचर. घर नीटनेटके पण अती टापटीप नाही. घराच्या भिंतीवर वेगवेगळ्या याद्या लावल्या आहेत. एका भिंतीवर नवरा-बायको आणि दोन मुलांचा एक कॉमन फोटो. दुसऱ्या भिंतीवर दहा-बारा वयस्क मंडळींचा ग्रुप फोटो. एक दरवाजा किचनमध्ये जातो तर दुसरा बेडरूमकडे. इतक्यात ट्रॅक पँट, टी-शर्टमधला पासष्टीचा संज्या मॉर्निंग वॉक घेऊन घरी परततो. खुर्चीवर बसून शूज काढत असतानाच घरातला फोन वाजायला लागतो. तो 'छायाऽ फोन' म्हणतो. किचनमधून सुमारे बासष्टीची छाया येते. ती फोनकडे जात असतानाच संज्याचा मोबाईल वाजायला लागतो. आता एका बाजूला संज्या मोबाईलवर आणि छाया घरातल्या फोनवर आलटून-पालटून बोलतात.]

छाया : हं... बोला, छाया टिफिन्स... सांगा—

संज्या : (फोन घेत) हांऽ बोला. हं... हं... बरं म्हाळगी, माझं आधी नीट ऐका. तुम्ही डोंबिवलीहून निघणार म्हणजे तुम्हाला कमीत कमी तीन तास आधी निघायला हवं. पुतण्या कुठे राहतो तुमचा? तिथून स्टेशन किती लांब आहे? पुतण्याची परिस्थिती कशी आहे? त्याचा संबंध काय म्हणून काय विचारता? तीन-तीन मुख्यमंत्री माझ्या हाताखालून गेलेत. माझा प्रत्येक प्रश्न विषयाशी संबंधित असतो. परिस्थिती

बेताची आहे, म्हणजे बसनं स्टेशनपर्यंत येणार. अजून वीस मिनिटं जास्त पकडा—

छाया : (फोनवर-) किती जणं जेवायला येणार ते आधी सांगा. आठ जण. आठ जणं म्हणजे चार कालवणं पुरून उरतील. आम्ही हातचं राखून काही देत नाही. हो, हो. पैसेही अगदी चोख घेतो. मसाले आठ-आठ दिवस फ्रिजरमध्ये पडलेले वापरत नाही. रोजच्या रोज ताजे बनवतो. मासा कोणता हवाय? ताजे कोणते आहेत, विचारू नका हो. शिळपाकं वाढायला हे काही तुमचं घर नाही—

संज्या : म्हाळगी, ऐकून घ्या. म्हणजे तुम्हाला मंत्रालयापर्यंत पोचायला साडेतीन तास लागतील. बरोबर? उपोषण ११ वाजल्यापासून सुरू होणार. बरोबर? व्याधी कोणकोणत्या आहेत? त्याचा काय संबंध विचारून पुन्हा डोक्यात जाऊ नका. सांगितलं नं माझे प्रश्न विषयाला धरून असतात म्हणून? हं, बोला. मधुमेह. वातड खाल्लं की गॅसचा त्रास होतो? अहो, गोळ्या कशासाठी घ्याव्या लागतात तुम्हाला? रक्तदाब पण आहे? छान. मग पुतण्याकडून भरपेट जेवून निघायचं. हो. उपोषणाला चाललाय, माहीत नाही का मला? म्हणूनच म्हणतोय. जेवून निघा. तुम्हाला न्याय तुमच्या हयातीतच हवाय ना? मग जगायला नको का आपल्याला? हो. मीही जेवूनच पोचणार. असं सगळ्यांच्याच उपोषणाला उपाशी पोटी पाठिंबा देत सुटलो, तर लोकांचे प्रश्न सुटतील का? महिन्याला पाच उपोषणं, आठ-आठ धरणं अॅटेन्ड करावी लागतात मला—

छाया : (लिहून घेत-) पत्ता व्यवस्थित सांगा. नाही तर तुम्ही घरी माशासारखे तडफडाल आणि तिकडे भलतेच तृप्त व्हायचे. अर्ध्या तासात ऑर्डर पोचेल. ट्रॅफिकचा एक तास वेगळा—
(छाया फोन ठेवून आत जाते.)

संज्या : म्हाळगी, वाईट वाटून घेऊ नका, पण सदरा जुना घाला. कॉलर मळलेली हवी. मागच्या वेळी मुख्यमंत्र्यांना भेटायला नवा ब्रॅंडेड शर्ट घालून आलात. स्टीकरही काढलं नव्हतं

त्याचं. काम कसं होणार? होऽऽ पहिल्यांदा मुख्यमंत्र्यांना भेटणार होतात, ते खरं आहे. पण काम काय होतं तुमचं? मग? खरंच गरजू वाटायला नको? रोजचेच कपडे घाला. आणि हो, जेवायचं मनावर घ्या. वाईट वाटून घेऊ नका. पटत नाही म्हणजे काय? अहो, मोर्चांसाठी कार्यकर्ते ट्रकभरून विकत मिळायला लागले तेव्हापासूनच संपलं नाही का सगळं? [संज्या फोन बंद करून आत जातो. क्षणात छाया बाहेर येते. तिच्या मोबाइलवर कुणाशी तरी बोलते आहे.]

छाया : हॅलो मंगल, मी बोलतेय. हो, मी पोचते तासाभरात. हो. आज बायका येणारेत इंटरव्ह्यूला, ते लक्षात आहे ना? त्यांना सांग. म्हणावं, ''मी गरजू बायकांसाठी डबेवाली झाले हे खरं. तुमची निवड झाली तर या व्यवसायात भागीदार व्हाल.. हे सगळं ठीक आहे, पण स्वैपाकात 'रुची' आणि हाताला 'चव' हवीच. मला फक्त तुमची पोटाची गरज भागवायची नाही. मला तुम्हाला आनंद आणि खाणाऱ्यालाही सुख द्यायचंय.'' बरं... कायऽऽ? एका डब्यात केस निघाला? असा कसा निघाला केस? तरी मी पोरींना नेहमी सांगते, ते टीव्हीवरच्या जाहिराती बघून कसली कसली तेलं लावू नका म्हणून... काय तर म्हणे — अमुक-अमुक तेल वापरा, केसगळती थांबेल. तमुक तेल लावा, गुडघेदुखी थांबेल... असं कसं? अरे, आधी सकस आहार घ्यायला नको? चल, ठेवते फोन.

[तेवढ्यात संज्या कपडे बदलून बेडरूममधून बाहेर येतो.]

छाया : (एकाच वेळी) संज्या, तुझं आजचं टाइमटेबल काय?
संज्या : (एकाच वेळी) छाया, तुझं आजचं टाइमटेबल काय?
[दोघेही हसतात.]

संज्या : वा! काय टायमिंग आहे! असंच आयुष्यभर राहू दे. बोला. लेडीज फर्स्ट —
छाया : काही नाही... तासाभरात निघतेय मी. आणि ऐक नं... अरे,

आमच्या 'छाया टिफिन्स'ला एका नव्या कंपनीचं कॉन्ट्रॅक्ट मिळालंय.. बत्तीस डबे आहेत.

संज्या : अरे वा!

छाया : त्यामुळे बायकांना तशा सूचना द्यायच्यात. आज एका डब्यात केस निघाला म्हणे. त्या केसचा छडा लावायचाय.

संज्या : एवढं काय त्यात? सांगायचं — घरगुती फील यावा म्हणून मुद्दाम टाकलाय एक केस. बायकोचा समजून बाजूला काढून टाका.

छाया : तुमचं उपोषण वाटलं होय तुम्हाला? बरं, तुझा मोर्चा आज कुणीकडे?

संज्या : आधी मंत्रालय. नंतर काळबादेवीला एक मीटिंग आहे. मधे बँकेत जाऊन कुणालच्या नावे केलेलं एक एफ.डी. मॅच्युअर झालंय, त्यात दोन-चार हजार टाकून एक्सटेंड करायचंय.

छाया : संज्याऽ अरे, पोरं आपल्या पायावर उभी राहिली. छापतायत चांगली. आणि तू कशाला एफड्या वाढवत बसलायस? आपल्या मागे काय कमी व्याप आहेत?

संज्या : कितीही कमावले म्हणून बापानं हातात ठेवलेल्या दहा रुपयांच्या नोटेचं मोल काही कमी होत नाही. नको-नको म्हणाले तरी मनातून आनंदच होतो जीवाला. तुला आठवतं नं — माझे वडील दर वाढदिवसाला कसे आठवणीनं दहाची नोट द्यायचे ते?

छाया : न आठवायला काय झालं? कधी मेली दहाची रक्कम वाढलीच नाही!

संज्या : असू दे.

छाया : (चिडवत) आणि पोरांना दोन लिमलेटच्या गोळ्या. एक पिवळी आणि एक तांबडी.

संज्या : असू देऽऽ

छाया : शेवटी कुणाल त्यांना म्हणाला — आजोबा, हात चिकट

होतात. आता या गोळ्या खाण्याचं आमचं वय संपलं. तर म्हणे, राहिलं!

संज्या	: कळलं, कळलं. त्यांना वरही ऐकू गेलं आता... तुझा दिवसभराचा मेन्यू काय?
छाया	: आज चौघी जणींना इंटरव्ह्यूला बोलावलंय.
संज्या	: अरे बापरे! एकाच वेळी चौघी?
छाया	: हो.
संज्या	: हं... तुमचे इंटरव्ह्यू म्हणजे डबा पार्टी!
छाया	: फूड टेस्टिंग म्हणतो आम्ही त्याला.
संज्या	: अगं, हो. पण म्हणून तू एकाच वेळी असे शबरीसारखे चार-चार डबे चाखत बसतेस आणि मग शरीराच्या गरजेपेक्षा वजन वाढतं नं?
छाया	: तुला नको त्याची काळजी. माझ्या कामाचा भाग आहे तो. आणि एकटीच खाते का मी? आमचं पॅनल असतं, माहितीय नं? आणि वजन वाढलं तरी एक तरी आजार वाढलाय का सांग? स्टॅमिना कसा आहे?
संज्या	: व्वा! आणि मी जसा लोळागोळा होऊनच पडलोय घरी! पासष्टाव्या वर्षी बी.पी. नाय की शुगर नाय. बाहेर कुणी 'चहात साखर नको नं टाकू?' म्हटलं की 'टाक दोन चमचे' म्हणताना काय अभिमान वाटतो म्हणून सांगू! हे बघ छाया, मरेपर्यंत मटण, चहातली साखर आणि रात्रीचे दोन पेग सुटायला नकोत — हीच प्रार्थना —
छाया	: बरं, कुणी अमेरिकेला जाणारं असेल तर जरा लक्ष ठेव. कुणालसाठी अंबोशीचं लोणचं पाठवायचंय. मागच्या पत्रात विचारलं होतं त्यानं. चांगलं मुरलंय.
संज्या	: आता का? आता का? मी एफ.डी. वाढवली तर लगेच ऐकवतेस आणि आता कशी आठवण येते पोरांची?
छाया	: तसं नाही. त्याच्या मित्रांसाठी लोणच्याच्या चार बाटल्या पाठवणार आहे. जर त्यांना आवडलं तर अमेरिकेत लोणची

विकायचा प्लॅन आहे माझा— (हसत) म्हणजे त्यांच्या तोंडाला चव येईल आणि आपल्या ब्रँडच्या आधी 'इंटरनॅशनल' असं बिरूदही लावता येईल. शिवाय कुणालसाठी विणलेला स्वेटरही पाठवायचाय.

संज्या : आता काय स्वेटरही विकायचेत?

छाया : छे रे. जेवढं आपल्याला जमतं तेवढंच करायचं.

संज्या : काही म्हण — आपली पोरं फारच अळणी निघाली. काहीच वेगळे मार्ग निवडले नाहीत.

छाया : अरे, त्या कुणालनं तर तिकडे अमेरिकेला स्वत:च्या आवडीची मुलगी निवडली तरी पुरे. नाही तर टाकेल आपल्यावरच जबाबदारी —

संज्या : नाही. हुषार आहेत. पण धाडस नाही. आपण त्यांना सगळं स्वातंत्र्य दिलं, पण त्यांनी झापडं लावून चाकोरीचं आयुष्य निवडलं. आता आपला पद्या किती सुंदर फोटो काढायचा!

छाया : होऽ होऽ हो!

संज्या : चक्क तुझाही चांगला फोटो काढला होता.

छाया : मग! काय सोपं आहे?

संज्या : अजिबात नाही. पण नाही, पद्या फद्या निघाला! धरली मिळेल ती नोकरी, गेला दिल्लीला आणि लग्न करून मोकळा!

छाया : आणि तेही अरेंज्ड! मला वाटलं, करेल लव्ह मॅरेज. आणेल कुणी पंजाबी नाही तर साऊथ इंडियन. तेवढेच वेगवेगळे पदार्थ घरात येतील. तर आणली आपल्यातलीच!

संज्या : जाऊ दे. अरे, हा रघ्या कसा आला नाही अजून? एकाला भेटायला घेऊन येणारे तो बरोबर. त्याला घेऊन जायचंय नं बरोबर —

छाया : बरं, रघ्या भावोजी येतायत तर भिशीचे पैसे द्यायची आठवण ठेवा.

संज्या : बरं रघ्यावरनं आठवलं — भिशी लागली तर या वेळी माझा क्लेम —

छाया : असं कसं? दर वेळी तू असंच करतोस.

संज्या : असं कसं म्हणजे? यापूर्वी कधी केलं मी असं?

छाया : ते काही नाही. या वेळी मला पायजेत भिशीचे पैसे, सांगून ठेवते.

संज्या : बरं, टाइम प्लीज... भांडण थोडं पुढे ढकलू. आधी भिशी लागू तर दे. नाही तर बाजारात भिशी आणि पाटलीण मारतेय ढुशी, असं व्हायचं! बरं छाया मॅडम, आज काय चूल वगैरे पेटलीय घरी की तुझ्या इंटरव्ह्यूच्या सुरस कथा ऐकूनच पोट भरायचंय?

छाया : आज नाही बाई काही केलं. आपलाच डबा मागवलाय. गडबडीत आहे, बघतोयस नं?

[बाहेरून हाक ऐकू येते.]

रघ्या : संज्याऽऽ ए संज्याऽऽ

संज्या : आला रघ्या—

रघ्या : (कुणाला तरी उद्देशून) अहोऽ या हो तुम्ही आत. कुणी काही खात नाही. या! आमचे मित्रच आहेत ते.

संज्या : ये रे. कोण आहे रे, रघ्या?

[एक तरुण मुलगा बिचकत बिचकत आत येतो.]

रघ्या : अरे, मघापासून बघतोय, बाहेर घुटमळतोय. बरं, भेटायचंय तुम्हालाच म्हणतोय. संजय पाटील, छाया पाटील यांचंच घर हवंय म्हणतोय, पण आत काही गाडी शिरत नाही. म्हणून सरळ खेचूनच आणला.

छाया : अरे, ये. आत ये. बस बघू.

किशोर : (आत शिरतो आणि) आलोच हं. एक फोन करायचाय. (पुन्हा बाहेर सटकतो.)

रघ्या : अगं छाया, यानं तुझा आधी कधी फोटो वगैरे पाहिलाय का गं? भेटायच्या आधीच इतका का घाबरतोय?

संज्या : थांब, मीच घेऊन येतो त्याला.

छाया : नको. तुला पाहून अजूनच घाबरायचा.

संज्या : रघ्या, मग तूच त्याला गोडीगुलाबीनं आत आण.

[रघ्या त्याला आत घेऊन येतो.]

किशोर : सॉरी हं. तुम्हाला माझं बिहेविअर थोडं ऑडच वाटेल. पण म्हणजे, फोन खरंच आला होता मला. म्हणजे कधी-कधी होतं नं असं की, आपण कामाला येतो एखाद्या... आणि एकदम पुन्हा दोन पावलं मागे जातो... म्हणजे कळलं नं आजोबा?

रघ्या : एऽ आजोबा वगैरे भंकस चालणार नाही हं. रघ्या — रघ्या म्हणतात मला.

किशोर : सॉरी. रघ्या आजोबा, म्हणजे आलोय आपण एका कामाला... सोपवलंय कुणी तरी... आपल्यावर विश्वास टाकून... घेतोही आपण ती जबाबदारी. हिय्या करतो मनाचा आणि प्रत्यक्ष मात्र ती वेळ येऊन ठेपली की —

रघ्या : कपाळात जातात —

किशोर : (गांगरून) काय ते —?

संज्या : विचार. विचार डोक्यात येतात म्हणायचंय त्याला — त्यांना.

छाया : पण आमचं कधीच नाही होत रे असं. हो की नाही हो? दोन पावलं पुढे, चार पावलं मागे. ते फक्त एकदा आम्ही दिंडीला गेलो होतो तेव्हाच केलं होतं.

संज्या : हो. उलट प्रत्यक्ष काम करायची वेळ आल्यावर स्फुरण चढतं आम्हाला.

रघ्या : कधी एकदा ते काम करून टाकतो, असं होतं जीवाला.

किशोर : काय म्हणताय! ब्रेव्हच म्हणायला पाहिजे तुम्हाला. मग माझंच का होतं असं? कसलं टेन्शन येतंय हे मला... म्हणजे गोष्ट टेन्शनचीच आहे. पण तरी एवढं? श्यीऽ शोभत नाही मला.

छाया : ए बाळा, घरी कुणी आजारी वगैरे आहे का? पैशांची गरज आहे का? म्हणून आमचा पत्ता दिलाय का?

संज्या : मोकळेपणानं बोल. आम्ही करतो आजारी माणसांसाठी फंडिंगची

सोय. योग्य जागी पोचलायस तू.

रघ्या : आमच्याकडे महाराष्ट्रातल्या सगळ्या ट्रस्टची यादी आहे. तू फक्त आजारपणाचं नाव सांग.

किशोर : (स्वत:शीच) किशोर, किशोरऽ बोल.

[तिघेही चमकून आजूबाजूला बघतात.]

तिघेही : कोण किशोर?

छाया : दुसरा कुणी बाहेर त्याचा मित्र उभा असेल पाहा.

किशोर : मीच किशोर. मी स्वत:लाच बजावतोय— आय मस्ट ब्रेक द आइस नाऊ. म्हणजे आपलं असं होतं नं —

संज्या : तुझं, तुझं! आमचं असं काहीच तुझ्यासारखं होत नाही रे बाळा.

किशोर : मित्रावरून आठवलं. म्हणजे माझा कुणी मित्र बाहेर उभा वगैरे नाहीए. पण माझा एक मित्र बाहेरदेशी आहे. म्हणजे मीही तसा परदेशीच. पण दोघांचाही देश एक. एक देश माणसा-माणसांना जोडतो, परदेशात असला तरी. आणि मग तुम्ही मित्र बनता —

संज्या : ओळखा पाहू कोण? रघ्या, हे सँपल जरा पुन्हा बाहेर सोडून येतोस?

रघ्या : अरे, कोडी कसली घालतोस? बोल काय ते —

छाया : थांबा, मी पाणी आणते.

किशोर : नको. चालेल. बरं. थांबा.

[त्याच्या सूचनांनुसार छाया एक पाऊल पुढे, एक पाऊल मागे होत थबकते. पुन्हा चालते.]

किशोर : मी तुमच्या कुणालचा अमेरिकेतला मित्र आहे. थोड्या दिवसांसाठी इथे आलोय.

छाया : अय्याऽऽ! कुणालचा मित्र आहे! मग आनंदच आहे की वेड्या. अरे, त्यात एवढं फेफरं येण्यासारखं काय आहे?

किशोर : योगायोगानं मी तुमच्या जवळच राहतो. सिद्धेश्वर सोसायटीमध्ये.

संज्या : सिद्धेश्वरमध्ये? मधल्या शॉर्टकटनं दहा मिनिटं —

किशोर	: कुणालचा एक निरोप होता. म्हणाला, तू दे — (तो दमून खुर्चीवर कोसळतो.)
संज्या	: हा असा फुग्यातली हवा गेल्यासारखा काय...?
रघ्या	: निरोपाचं काही म्हणत होता का?
संज्या	: मलाही तसं अर्धवट ऐकल्यासारखं वाटलं —
छाया	: कसला निरोप घेऊन आलाय हा? कसलं एवढं टेन्शन आलंय त्याला? कुणालकडे सगळी खैरियत तर आहे नं?
संज्या	: मग कुणालनं का नाही केला एखादा फोन? छाया, तू जा. खरंच पाणी घेऊन ये. [छाया स्वैपाकघराऐवजी बेडरूममध्ये जायला निघते.] तिकडे कुठे निघालीस?
छाया	: काही सुचत नाहीए हो.
रघ्या	: उगाच तर्ककुतर्क करू नका. [छाया पाणी घेऊन येते. आधी नाजूकपणे शिंपडते. मग न राहवून अख्खा मगच त्याच्या डोक्यावर ओतते.]
छाया	: अंत पाहतोय मेला! ऊठ आणि सांग मुकाट्यानं. [किशोर ताड्कन उठतो.]
किशोर	: सांगतो, सांगतो. तुमच्या मुलानं तिकडे परस्परच लग्न केलंय.
संज्या-छाया	: (आनंदाने जवळजवळ किंचाळत) काऽऽय?
छाया	: अरे मूर्ख माणसा, मग एवढी आनंदाची बातमी अशा सुतकी चेहऱ्यानं का देतोयस?
संज्या	: रघ्या, माझ्या पोरानं अखेर पोरगी पटवली!
किशोर	: गांभीर्य तुमच्या लक्षात आलंय का? त्यानं तुम्हाला न सांगता, न कळवताच लग्न केलंय तिकडे. परस्पर—
संज्या	: अरे, पण लग्नच केलंय नं. काही पाप नाही नं केलं—
किशोर	: तुम्हाला काहीच वाईट वाटत नाहीए? तुम्ही किती खस्ता

खाल्ल्या असतील त्याच्यासाठी—

रघ्या : या दोघांना बघून तुला वाटतंय का रे, यांनी काही खस्ता खाल्ल्या असतील म्हणून?

संज्या : आम्ही पिस्ते खाऊन मुलांना वाढवलं, असं समज! आणि हे प्रौढ बालका, तू एवढं वाईट वाटून घेऊ नकोस.

किशोर : खरंच का? माझे ममी-पपा मला सारखे 'आम्ही तुझ्यासाठी खस्ता खाल्ल्या, खस्ता खाल्ल्या' म्हणत असतात. टोचत असतात. प्रत्येक पत्राच्या शेवटी त्यांच्या खस्ताच असतात. खचायला होतं मग एकदम. पण मला तुमचं हे स्पिरिट आवडलं.

छाया : ते जाऊ दे. लग्न कुणाशी केलं, ते सांग.

किशोर : तेच सांगतोय. पण धीर होत नाहीए. ऍक्च्युअली, कुणालला मी म्हटलं होतं तू पत्र पाठव, व्हिडिओ कॉलवर बोल, फोन कर; पण नाही. 'तू जातोच आहेस, तर तू सांग.' मला हे त्याचं अजिबात पटलेलं नाही. पण काय करणार?

संज्या : आता सांगतोस का?

किशोर : (स्वतःशी) किशोर, किशोर, आता सांगून टाक. आता कुण्णाच्या बापाला घाबरायचं नाही. कुणालच्या तर बिलकुल नाही. अगदी कूल आहेत ते.

छाया : अरे, बोल रे बाळा.

किशोर : तिथल्या अमेरिकन मुलीशी केलंय.
[तो पुन्हा झीट आल्यासारखा पडणार इतक्यात रघ्या त्याला पकडतो.]

रघ्या : मुस्काट फोडीन आता पुन्हा झीट येऊन पडलास तर!

संज्या : छाये, ऐकलंस का? अमेरिकन मुलगी गटवलीय. मी माझे शब्द मागे घेतो. आपली पोरंही झणझणीत निघाली रे बाबाऽऽ [किशोर आता चांगलाच शुद्धीवर येतो.]

छाया : काय म्हणतोस? खरंच? अमेरिकन? आमच्या घराण्यातली पहिली अमेरिकन सून!

किशोर	: तुम्हाला या घटनेचंही काही वाईट वाटत नाहीए?
छाया	: अरे, त्यात काय वाईट वाटायचं?
संज्या	: पण म्हणजे यांचं जमलं कुठे? ती कशी आहे? तिच्या घरचे कसे आहेत? आमचा पोरगा खूश आहे का?
किशोर	: माझे ममी-पप्पा मला दिवसाला तीन, इथल्या भारतातल्या मुलींची स्थळं पाठवतात. तू जर तिथली बायको केलीस तर आम्ही शिक्षणासाठी दिलेले सगळे पैसे परत करावे लागतील, असा हग्या दम दिलाय मला त्यांनी. प्रत्येक पत्राच्या शेवटी असा दम असतो. मला सांगा, तुम्हाला खरंच थोडंही वाईट वाटलं नाही? कणभरही? माझे ममी-पपा—
संज्या	: तुझ्या ममी-पपांसारखं खरंच काही वाटलं नाही. थोडं फार काही वाटलं असेलही कदाचित, पण ते वाईटच वाटलंय की इतर काही — माहीत नाही. (हृदयाच्या जागी हात ठेवत) काही झालं तरी ते इथपर्यंत नाही पोहोचू द्यायचं. हो नं गं छाया?
छाया	: आपणच आधी मुलांना तुम्ही आनंदी राहा, आम्हाला दुसरं काही नको असं म्हणायचं; आणि मग आपणच कशाला तक्रारी करीत राहायचं?
संज्या	: आणि त्याचा काही उपयोग होतो का? त्यापेक्षा त्यांच्या आनंदात सहभागी व्हायचं—
किशोर	: अमेझिंग! मी एकदा माझ्या ममी-पपांना तुम्हाला भेटायला घेऊन येईन.
संज्या	: त्यापेक्षा तू त्यांना आधी फाट्यावर मारायला शिक. त्यांच्या खस्ता तेवढ्या मनावर घेऊ नकोस. आणि पुन्हा तुला दम दिला तर त्यांना सांग — प्रेम दमदाटीनं नाही... दाट विश्वासानं कमवावं लागतं.
	[दरम्यान छायाने नॅपकिन आणला आहे. ती त्याच्याजवळ जाऊन त्याचे केस पुसायचा प्रयत्न करायला लागते.]

किशोर	: नको. बरं. थांबा. चालेल.
	[सगळे हसतात. छाया केस पुसते.]
छाया	: रघ्या, पोरासाठी चहा टाक नं जरा—
किशोर	: हे—
रघ्या	: मी या घरात कामाला नाहीए. पण तरीही हे बिनपगारी असे कामाला लावतात.
संज्या	: हे कुणालचे काका—
किशोर	: सख्खे?
संज्या	: छ्याऽऽ. दोस्त आहे रे आपला. पाचवीला पुजलेला... आपलं ते, पाचवीपासूनचा. आणि घरी येणारे सगळे सख्खेच असायला पाहिजेत का? अं?
छाया	: सख्ख्याहून जास्त कुणी असू शकत नाहीत का?
किशोर	: (भांग पाडत) मी निघतो. चहा वगैरे काही नको.
	[रघूच्या मोबाईलवर मेसेजचा बीप वाजतो.]
रघ्या	: (मेसेज दाखवत) बरं संज्या, जे.जे.मध्ये एका पेशंटला बघायला जायचंय. त्याला तातडीची दोन लाखांची गरज आहे.
संज्या	: ठीक आहे. फॉर्मवर सह्या घेऊ. सिद्धिविनायक ट्रस्टला सबमिट करू.
छाया	: विसरलात नं? भिशीचे पैसे द्यायचेत ते—
संज्या	: देतो. विसरेन कसा? हे घे भिशीचे पैसे— (पाकिटातले पैसे रघ्याला देतो.)
रघ्या	: (खिशात कोंबत) छाया, भिशीच्या दिवशी मी व्हेजवाल्यांसाठी 'सुनंदा स्पेशल' वडीची आमटी आणणारेय आणि नॉनव्हेजमध्ये चिकन रस्सा.
छाया	: मग मी ड्रिंक्सबरोबरचा चखणा आणते. सुकी कोलंबी आणि आलू टिक्की. आणि गोडाचं डॉ. भागवतांना आणायला सांगू.

किशोर	: तुम्हा पेन्शनरची भिशीपण आहे... ड्रिंक्सही घेता?
संज्या	: पेन्शनर असेल तुझा बाप! आम्ही सगळे कमिशनरपेक्षाही बिझी आहोत. आमचं 'हॅपिनेस सेंटर' आहे.
किशोर	: कुठून ऑपरेट करता?
संज्या	: तू जिथे बसलायस नं, ते आज आमचं घर आहे. ऑड आणि इव्हन पार्किंगसारखं बुधवारी आणि शनिवारी या घराचंच ऑफिस तयार होतं.
	[तेवढ्यात बेल वाजते. छाया दरवाजा उघडते.]
छाया	: अगदी वेळेवर आलीस. मी पोचते अर्ध्या तासात. डबा आला हो —
संज्या	: आला का? काढ लवकर. जाम भूक लागलीय.
छाया	: किशोर, आता जेवूनच जा.
किशोर	: चालेल.
रघ्या	: व्वा! पहिल्याच झटक्यात 'चालेल'? चार पावलं मागे नाही?
किशोर	: छे. आता दोन पावलं पुढेच जायचं फक्त.
	[संज्या, छाया प्लेट्स, वाट्या आणतात. रघ्या ग्लासेस आणतो. किशोर पुढे होऊन डब्यातले पदार्थ वाटायला लागतो.]
किशोर	: काय खमंग वास येतोय! तुम्ही रोज डबाच मागवता?
छाया	: कधी असं, कधी तसं. जेवणाच्या डब्याचा बिझिनेस आहे नं आमचा.
किशोर	: हे नाही कधी कुणालनं सांगितलं.
छाया	: वेडा आहे. लाज वाटत असेल त्याला. त्याचं म्हणणं — आम्ही या वयात कोणत्याही खटाटोपी करायची गरज नाही. पोरांनी पैसे पाठवायचे आणि आम्ही गिळायचं. कसं शक्य आहे ते? पोटभर घ्या.
संज्या	: रघ्या, हात मार. संध्याकाळी सहापर्यंत सरबतही मिळायचं नाही हं. मागच्या उपोषणाच्या वेळी चारच्या चहापासूनच कावळे कोकलत होते तुझ्या पोटात.

किशोर	: कित्येक दिवसांत तोंडाला एवढी चवच आली नव्हती.
छाया	: अरे, तिथलं तुमचं ते अळणी जेवण.
किशोर	: तसं नाही. दोन दिवस माझ्या घरीच जेवतोय की मी! माझी आईही तशी सुगरण आहे. पण इथल्या जेवणाला कसला तरी वेगळाच स्वाद आहे.
छाया	: स्वाद फक्त पदार्थाच्या चवीत किंवा वासात नसतो, तुम्ही कुणाबरोबर जेवताय त्यांच्या सहवासातही असतो- [सगळे हसतात. एकमेकांना आग्रहाने वाढतात. हसतात. म्युझिक.]

अंधार

अंक पहिला

प्रवेश दोन

[प्रकाशयोजना बदलते. पार्श्वसंगीतासह दिवसाच्या उजेडाची जागा आता संधिप्रकाशाने घेतली आहे. संज्या घराचे कुलूप उघडून आत शिरतो. पाठोपाठ छाया फोनवर बोलत येते. ती अमेरिकेत राहणारा मुलगा कुणालबरोबर बोलतेय.]

छाया : हॅलोऽऽ कुणाल, सॉरी! तुझा फोन आला तेव्हा आम्ही दोघेही बिझी होतो.

कुणाल : एकत्र?

छाया : छेऽ! एकत्र नाही रे. तो त्याच्या कामात, मी माझ्या व्यापात होते. येताना फक्त 'डायमंड हॉटेल'च्या सिग्नलला भेटून एकत्र आलो.

संज्या : मला दे.

छाया : थांब—

कुणाल : काय?

छाया : तुला नाही रे.. घरातच शिरतोय. हां, आता बोल. आधी काँग्रॅच्युलेशन्स!!!

संज्या : (मधेच घुसून) कुण्या लेका, काँग्रॅट्स! अरे, तुम्ही तर धक्क्यांमागून धक्के देताय?

छाया : हो, परस्पर लग्नही केलं. बायकोही तिथलीच.

संज्या : आणि बातमी सांगायला कुणाला पाठवला होता रे? बिच्चारा! फेफरं आलं त्याला तुझे उद्योग सांगताना—

छाया : दोनदा बेशुद्ध पडला तो तुझा फ्रेंड — किशोर.

संज्या	: बरं, बरं, एक मिनिट थांब. व्हिडिओकॉल सुरू करतो. थांब रे. दिसतंय? दिसतंय?
कुणाल	: हो बाबा, दिसतंय. तुम्हाला दिसतंय?
छाया	: अहो, एका जागी उभं राहा होऽ मी काय तुमच्या मागे मागे फिरू?
संज्या	: आम्हाला दिसतंय रे. बोल.

[आता घरातल्या एका भिंतीचे स्क्रीनमध्ये रूपांतर होते आणि बेडवर बसून बोलणारा कुणाल दिसतो.]

हं. काय बोलत होतो रे मी?

कुणाल	: किशोर —
संज्या	: हं. तुझ्या त्या किशोरला वाटलं, च्यायला, आम्ही रागावू तुझ्यावर. त्याच्या बापासारखे. तूही लेका ग्रेटच! तुला एक फोन करायला काय झालं होतं? की, तुलाही आम्ही तसेच वाटलो — मुलांना समजून न घेणारे आईबाप?
छाया	: पण एवढे कधी रे मोठे झालात? लहानपणी खाली खेळायला जायचं तरी आईला विचारून जाणारी पोरं तुम्ही... आता लग्न करूनही मोकळे होता. पण लपवावंसं का वाटलं एवढं, तेच कळत नाही. त्याबद्दल मात्र आम्ही चिडलोय हं-
संज्या	: ये हमारे पॅरेंटिंग का इन्सल्ट है.
कुणाल	: आई, बाबा — प्लीज! सॉरी. झालं का तुमचं बोलून? तुम्हाला अजून एक न्यूज द्यायचीय.
संज्या	: आता काय?
कुणाल	: गुड न्यूज आहे.
संज्या	: मग सांग की काय ते. प्रमोशन?
कुणाल	: आई, तूच त्यांना सांग गं—
छाया	: अरे संज्या, म्हणजे सूनबाईची गुड न्यूज आहे.
संज्या	: म्हणजे सूनबाईला प्रमोशन?
छाया	: नाही रे, म्हणजे प्रेग्नंट आहे ती!
संज्या	: (उत्साहाने) काऽऽय?

छाया : कुणाल, हे मात्र फारच झालं हं. म्हणजे थोडं थांबला असतात तर लाडू आणि पेढे एकत्रच दिले असतेस.

कुणाल : सॉरीऽ सॉरी! कान पकडू का?

संज्या : चालतंय रे, चालतंय—

छाया : चालतंय काय चालतंय? दहा उठाबशा काढ.

कुणाल : खरंच काढू? मारियाला कळेल तरी आपल्याकडची ही शिक्षा कशी असते ते. (तो उठाबशा काढायला लागतो.) एक, दोन, तीन...

छाया : (हसत) बस. पुरे, पुरे. दाखवा आता सूनमुख—

कुणाल : येस! कमॉन मारिया!

[आता मारिया फ्रेममध्ये येते. अत्यंत देखणी.]

छाया : अय्याऽऽ किती गोड आहे!

कुणाल : (मारियाला जवळ घेत) आवडली नं?

संज्या : झक्कास!

मारिया : हॅलो आये! हाऊ डू यू डू? नमस्कार!

संज्या : अरे वा! मराठी?

[मारिया फोनवरच वाकून नमस्कार करते.]

मारिया : मला हेनी शिकवला.

संज्या : आयला, थोडं कानडी ढंगाचं आहे.. पण ठीक आहे.

छाया : नमस्कार! आय ॲम फाईन डिअर! लॉट ऑफ ब्लेसिंग्ज! खूप खूप आशीर्वाद! तुझ्या फादर-इन-लॉलाही कर नं नमस्कार! नाही तर रुसतील ते. अदरवाईज ही विल बी-अपसेट... अपसेट!

मारिया : येस, शुअर! बट व्हेअर इज ही?

छाया : ही इज जस्ट स्टँडिंग निअर बाय मी. लुक ॲट द लेफ्ट—

मारिया : ओह! आय कॅन ओन्ली सी द डार्क सर्कल देअर—

छाया : इट्स नॉट डार्क सर्कल. ही इज युवर फादर-इन-लॉ.. (हसत-) अहो, तिला तुम्ही डार्क सर्कल वाटलात—

[संज्याचा चेहरा पडतो. सावरत तो स्वत:ला फ्रेममध्ये ॲडजस्ट करतो.]

मारिया	: ओह! नाऊ फ्रेम इज ॲडजस्टेड! नमस्कार सासरेबुवा! बाबा—
संज्या	: आशीर्वाद! आशीर्वाद!

[सगळे हसतात.]

छाया	: गोड आहे. माझ्यासारखीच!
संज्या	: गोड गैरसमज!
कुणाल	: बरं, ऐका! मारिया एका कंपनीत एच.आर.मध्ये आहे. अगं, आमचं लग्न ठरलं आणि लगेच लग्नही करावं लागलं.
संज्या	: हो. ते या गुड न्यूजवरून कळलंच.
कुणाल	: तसं नाही हो. इतरही इश्यूज होते. तिच्या आई-वडिलांना कॅनडातून इथे अमेरिकेत शिफ्ट व्हायचं होतं, वगैरे-वगैरे.
संज्या	: (हलकेच) आयला, म्हणजे हा तिच्या आई-बापाचा बराच विचार करतोय.
कुणाल	: बाबा, काही म्हणालात का? नीट ऐकू येत नाहीए.
संज्या	: नाही म्हटलं, फार उत्तम डिसिजन घेतलास.
कुणाल	: बरं आई, लाईनमध्ये सारखा डिस्टर्बन्स येतोय. आत्ताच सांगून ठेवतो, हिची डिलिव्हरी डेट डिसेंबर २८ आहे. तुला इकडे यायचंय.
छाया	: किती?
कुणाल	: २८ डिसेंबर. तुला इकडे यायचंय.
छाया	: येईन की दोन-एक महिने.
कुणाल	: दोन-एक महिने काय? साईट सीइंगला यायचंय का? नातवंडाचं करायला कमीत कमी वर्षभर राहावं लागेल.
छाया	: तिच्या ममीला बोलावून घे की...
कुणाल	: तिच्या मम्मीला आपल्या पद्धतीचं ग्रुमिंग जमणार आहे का?
छाया	: (हलकेच) बराच आहे हा. (मोठ्याने) अरे, पण कशाला

पाहिजे आपल्याच पद्धतीचं ग्रुमिंग? बायको तिथली चालते नं? मग बाळाला त्यांच्या स्टाईलनं वाढवलं तर बिघडलं कुठे?

कुणाल : तिच्या मम्मीला नाही झेपणार, आई. आणि मला अगदी टाळू-बिळू भरणं सगळ्ळं-सगळ्ळं आपल्यासारखं हवंय. ते बाळाला न्हाऊ-माखू घालणं, तो गुटीचा वास... अगदी मारियाला तुझ्या हातचे डिंकाचे लाडूसुद्धा—

छाया : (हलकेच) बाप रे! बायकोला शेक द्यायला आता बाज वगैरे घेऊन बोलवतोय की काय हा?

कुणाल : काय पुटपुटतेस? शेक.. शेक काय? मोठ्यानं बोला —

संज्या : मला तर एक मस्त व्हिज्युअल दिसलं... एअर इंडियातून अमेरिकेला बाज ट्रॅव्हल होतेय आणि त्यावर तू झोपलीयस..

कुणाल : काय बोलताय तुम्ही? मोठ्यानं बोला—

छाया : (हसू दाबत-) नाही. मी म्हटलं, हे जरा खूप होतंय. अरे, माझाही इथला व्याप वाढत चाललाय. या कामाच्या रगाड्यात असं वर्षभर वगैरे—

कुणाल : नथिंग डुइंग आई. ते तुझ्या कामाचं वगैरे काही सांगू नकोस. तुला यावं लागेल म्हणजे यावं लागेल—

छाया : याच्यावर आपण जरा नंतर निवांत बोलू. वेळ आहे अजून.

कुणाल : हॅलोऽऽ हॅलोऽऽ आई.. आई..

छाया : लाईनमध्ये पण डिस्टर्बन्स आहे. बाय!
[व्हिडिओ कॉल डिस्कनेक्ट होतो.]
आज पहिल्यांदा लाईनमधला डिस्टर्बन्स आवडला मला!

संज्या : हा डिस्टर्बन्स सिम्बॉलिक आहे छाया. हल्ली खरं खरं ऐकू येईनासं झालंय आणि फक्त खरखरच स्पष्ट ऐकू येतेय—

छाया : शहाणाच आहे! म्हणजे तिची आई मॅरेज सेरेमनीसाठी आणि मी पोराच्या मालिशसाठी?

संज्या	: डिंकाचे लाडू—
छाया	: लाडू... लाडू नका करू रे—
संज्या	: अगं मी नाही, तो म्हणतोय.
छाया	: ते एअरमेलनंही पाठवता येतात. आणि एक वर्ष म्हणे! हा काय रिकामटेकडी समजला का मला? टाळू भरून हवीय म्हणे!
संज्या	: (हसत.) सध्या आपण हा विषय टाळू. आपण आजी-आजोबा होणार, या आनंदाप्रित्यर्थ पेग भरू एकेक?
छाया	: भरा. तुम्हाला आजच्यासाठी एक नवं कारण!
संज्या	: हं. काठोकाठ भरू द्या प्याला, फेस भराभर उसळू द्या— प्राशन करिता रंग जगाचे क्षणोक्षणी ते बदलू द्या— (तो गुणगुणत, उत्साहात ग्लास भरायला लागतो.)

अंधार

अंक पहिला

प्रवेश तीन

[दुसऱ्या दिवशीची सकाळ. एक गृहस्थ आणि त्यांच्याबरोबर एक बाई घरात शिरतात.]

गृहस्थ : हे मिस्टर एस. जे. पाटील यांचं घर आहे?

छाया : नाही हो, इथे कुणी एस. जे. पाटील वगैरे नाही राहत.

गृहस्थ : एस. फॉर संजय, जे. फॉर जनार्दन—

छाया : संजय जनार्दन पाटील. अय्याऽऽ म्हणजे संज्याचंच पूर्ण नाव की! माझा नवरा. हो, हो. त्यांचंच घर आहे. या, या.

गृहस्थ : (बायकोकडे बघत) ॲक्युज्ड प्लेस. आपण मिसेस सी. एस. पाटील?

छाया : मी? नाही, नाही. (स्वत:शी) हो! हो. सी फॉर छाया, एस. फॉर संजय. हो, म्हणजे मीच की!

गृहस्थ : (बायकोकडे बघत) आरोपीची बायको. ॲक्युज्ड मिसेस—

छाया : ओ मिस्टर, ॲक्युज्ड-ॲक्युज्ड काय लावलंय? कोण पाह्यजे तुम्हाला? इथे कुणी ॲक्युज्ड वगैरे राहत नाही. हे संज्या-छायाचं घर आहे.

गृहस्थ : संज्या-छाया. ॲक्युज्ड निकनेम्स्—

छाया : अरे, काय माणूस आहे! आता पुन्हा ॲक्युज्ड... ॲक्युज्ड केलंत नं, तर याद राखा! तुमचं वय पाहून—

संज्या : (फोनवर बोलत आतल्या खोलीतून बाहेर येत) नाही रे, दोन किडन्या कश्याही हव्यात म्हणून सांग. इट्स अर्जंट—

गृहस्थ : पॉइंट टू बी नोटेड. बिझिनेस... किडनी रॅकेट—

छाया : संज्या, या माणसाला आधी आवर—

संज्या : (फोन बंद करत) कोण आहे?

छाया : ॲक्युज्ड-ॲक्युज्ड करणारा एक कन्फ्युज्ड माणूस—

संज्या : काय हो... कोण हवंय? काय काम आहे?

श्री. कानविंदे : मी रिटायर्ड जज्ज! मिस्टर के. वाय. कानविंदे.

संज्या : बरं. मग? पत्ता शोधताय का कुणाचा?

श्री. कानविंदे : छे, छे. मी शोधात असलेल्या इसमापर्यंत प्रोसिजरली पोहोचलोय.

संज्या : इसम? म्हणजे कोण, मी? त्यापेक्षा शिवी हासडा नं राव झकास एखादी. इसम काय इसम?

श्री. कानविंदे : आरोपीच म्हणणार होतो, परंतु या बाईंना ते आवडणार नाही म्हणून इसम म्हणालो. आता आधी सांगा, आपण यापूर्वी या शहरात, या राज्यात, या देशात कधी भेटलोय?

छाया : या पृथ्वीतलावर आपल्यासारख्या व्यक्तीला यापूर्वी पाहिल्याचं स्मरत नाही.

श्री. कानविंदे : गुड! आपण एकमेकांचे दूरचे... जवळचे नातेवाईक आहोत?

संज्या : अशक्य!

श्री. कानविंदे : फाईन! आपले पूर्वजन्मीचे काही ऋणानुबंध?

छाया : नाही, नाही. आमचे सगळे पूर्वज नॉर्मल होते.

श्री. कानविंदे : मी पत्राने, तारेने तुम्हाला कधी सल्ला विचारला होता?

संज्या : तुमचा हा हल्ला थांबवा होऽ

श्री. कानविंदे : मी पत्राने, तारेने, दूरध्वनीवर, इमेलद्वारा तुम्हाला कधी कशाबद्दल, कुणाबद्दल योग्य-अयोग्य सल्ला दिला होता?

छाया : तुम्ही लाख द्याल हो, पण तुमचा 'सल्ला' आम्ही ऐकायला पाहिजे नं?

श्री. कानविंदे : तुम्हाला दोन अपत्यं आहेत?

छाया : (कुजबुजत) यांच्याशी बोलताना सारखं 'कुपथ्य' झाल्यासारखं वाटतंय!

श्री. कानविंदे	: ते दोघेही 'मेल' म्हणजे 'पुरुष' या वर्गात मोडतात?
संज्या	: त्यांपैकी एक नक्की मोडतो. दुसऱ्याचं अजून सिद्ध व्हायचंय.
श्री. कानविंदे	: आय डोन्ट माइंड. या तुमच्या जीवशास्त्रीय संयोगातून निर्माण झालेल्या दोन अपत्यांनी तुमच्याशी 'पुत्र' या नात्यानं कसं वागावं याचे काही मार्ग सांगण्याचा अधिकार मला किंवा माझ्या या सुविद्य पत्नीला आहे?
छाया	: छे, छेऽ तुमच्यासारख्यांना अजिबात नाही.
श्री. कानविंदे	: देन कमिंग टू द पॉइंट—
संज्या	: ऍट लास्ट—
श्री. कानविंदे	: इट प्रूव्हज, या जगात आजवर कधीही एकमेकांना न भेटलेल्या, न पाहिलेल्या, नातलग-आप्त-स्नेही यांपैकी कुणीही नसलेल्या अपरिचित व्यक्तींना एकमेकांच्या अपत्यांना त्यांच्या जीवनाचा मार्ग दाखवण्याचा कोणताही हक्क किंवा अधिकार घटनेनुसार प्राप्त होत नाही.
संज्या	: पॉइंट टू बी नोटेड! बरं, पुढे?
श्री. कानविंदे	: तो अधिकार पालक या नात्याने आमच्या ज्युरिस्डिक्शनमध्ये येतो. मान्य? परंतु तुम्ही आमच्या अपत्याच्या संदर्भात आमच्या अधिकारक्षेत्रात हस्तक्षेप केल्यामुळे मनुष्य भरकटवण्याच्या आरोपाखाली मी तुम्हाला दोषी ठरवत आहे.
संज्या	: आम्ही तुमच्या अपत्याला भरकटवलं? बाय द वे, काय नाव आहे तुमच्या अपत्याचं?
श्री. कानविंदे	: के. वाय. कानविंदे.
संज्या	: छ्याऽ छ्याऽ या नावाचं कोणतंही कार्ट आम्हाला आमच्या उभ्या-आडव्या हयातीत कधी भेटलेलं नाही.
श्री. कानविंदे	: पॉइंट टू बी नोटेड. तुमची स्टेटमेंट्स तुमच्या विरुद्ध चालली आहेत मि. एस. जे.! धादांत असत्य बोलण्याबद्दल मी तुमच्यावर—
सौ. कानविंदे	: खरं सांगा... आमच्या किशोरला तुम्ही भेटला नाहीत?
छाया	: अय्याऽऽ! किशोरला? म्हणजे संज्या, ते सँपल रे — गेल्या

आठवड्यात भेटलेलं! सिंपल. गोडुलं. कुणालचा मित्र. तो तुमचा मुलगा आहे? इतका गोड?

संज्या	: जीवशास्त्रीय संयोगातून झालेला मुलगा आहे?
श्री. कानविंदे	: हो, आहे. एनी डाऊट? तर अशा आमच्या सख्ख्या मुलाला तुम्ही चुकीचे सल्ले देता? घटनेनुसार कुणी अधिकार दिला तुम्हाला, त्याला आमच्या विरुद्ध भडकवण्याचा?
छाया	: भडकला तो? क्या बात है! अहो, भडकलाच पाहिजे. स्टोव्ह भडकल्याशिवाय चांगला पेटतो का?
संज्या	: नाही, नाही. त्याचं काय झालं... 'घटनाक्रम' सांगतो. घटना अशी घडली की—
श्री. कानविंदे	: (तोल सुटत) कुणी सांगितलं तुम्हाला अनाहूत सल्ले द्यायला?
सौ. कानविंदे	: आणि तेही घाणेरडे अपशब्द वापरून—
संज्या	: घाणेरडे शब्द? त्या दिवशी कोणते वापरले मी? छे!
सौ. कानविंदे	: आणि तुम्ही एक स्त्री असून अशा असभ्य, अश्लील वाक्प्रचारांना दुजोरा देता?
छाया	: अय्या! असं बोललो तरी काय आम्ही त्या दिवशी? (उत्सुकतेने) सांगा नं, सांगा—
श्री. कानविंदे	: हिला विचारा. माझ्या पदाला शोभत नाही.
सौ. कानविंदे	: अहो, मलाही शोभत नाही. एक मुख्याध्यापिका कधीही असे शब्द वापरणार नाही.
श्री. कानविंदे	: पण आता निवृत्त आहात तुम्ही.
सौ. कानविंदे	: तुम्हीही निवृत्तच आहात. शिवाय तुम्ही पुरुष आहात. तुम्ही सांगा.
संज्या	: अच्छा, म्हणजे पुरावे नाहीत तुमच्याकडे...
दोघेही	: (एकदम) 'आई-वडिलांना फाट्यावर मारा' असं म्हणालात.
श्री. कानविंदे	: हे असं शिकवता तुम्ही आमच्या मुलाला? [संज्या-छाया दोघेही पोट धरून हसतात.]
संज्या	: अहो, ही आमची रोजची भाषा आहे.

श्री. कानविंदे	:	आम्ही खस्ता खाऊन मुलाला वाढवलंय. अत्यंत दरिद्री परिस्थितीत शिकून मी न्यायाधीश झालोय. माझे वडील शिपाई होते, शिपाई. माझी आई दुसऱ्यांच्या घरी स्वैपाक करायची. कळलं मिस्टर एस. जे. पाटील? रात्रंदिवस अभ्यास करून, ज्युनिअर मुलांच्या ट्युशन्स घेऊन मी शिकलोय. मित्रांची पुस्तकं दुसऱ्या दिवशी त्यांना परत करायची म्हणून अनेक चॅप्टर्स रात्र-रात्र जागून पाठच करून टाकायचो मी. आजही मला ते मंत्रपुष्पांजलीसारखे मुखोद्गत आहेत! अशा परिस्थितीत लहानाचे मोठे झालो आम्ही. किशोर हा आमचा एकुलता एक मुलगा आहे. मुलांना या वयात अक्कल नसते. त्यांना आपल्या अनुभवाचा फायदा करून द्यायला नको? आज आमच्या फॅमिली कोर्टात घटस्फोटितांची रांग लागलीय, रांग. भुसभुशीत जमीन आहे हे पाहून एखाद्या परदेशी पोरीनं उद्या किशोरची फसवणूक केली, तर कायदेशीर दृष्ट्या परवडणारेय का आम्हाला? नो. वेळच्या वेळी शिक्षण, मुंज, नोकरी, लग्न हे व्हायलाच पाहिजे. अर्थात किडन्या विकून पोट भरणाऱ्यांना नाही कळायची ही मूल्यांची किंमत.
संज्या	:	जजसाहेब... जजसाहेबऽ
श्री. कानविंदे	:	निवृत्त.
संज्या	:	अहो, तुम्ही त्या पदावरून निवृत्त झालात तरी तुमची मेहनत, व्यासंग, अनुभव हा निवृत्त होणार आहे का? माफ करा, तुमचं मन दुखावलं असेल तर... तुमची कथा ऐकून आदर वाटला हो जाम—
छाया	:	मलाही माफ करा हं—
संज्या	:	कम्माल आहे तुमची! हॅट्स ऑफ! मानलंच पाहिजे. अशा परिस्थितीतून तुम्ही कुठल्या कुठे पोहोचलात हो! (श्री. कानविंदे मनातून सुखावतात.) फक्त तुम्ही जे मघाशी खस्ता खाण्याचं बोललात नं, ते जरा अती होतंय असं नाही वाटत?
श्री. कानविंदे	:	काय अती होतंय? फॅक्ट इज फॅक्ट!

संज्या	: तसे सगळेच पालक पोरांसाठी खस्ता खातात हो. पण असं सारखं-सारखं बोलून दाखवलं की, पोरांच्या मनातला त्याचा निर्देशांक साफ कोसळतो असं नाही वाटत? नाही, नाही. तुम्ही अभ्यासू, विचारी आहात म्हणून विचारतो.
छाया	: आणि आपला मुलगा मूर्ख आहे असं समजून मुलगी आई-वडिलांनीच निवडणं वगैरे म्हणजे फारच 'डेटेड' नाही वाटत?
संज्या	: अहो, माणसं एकमेकांपासून टाके उसवावेत तशी तटातटा तुटतायत, सगळ्या जगभरात. मग मुलगी इथली काय आणि तिथली काय — चांगली असेल तर कुठलीही टिकेल. वाईट असेल तर कुठलीही तुटेल. आपले कार्टेही काय दिवे लावतात, हेही महत्त्वाचं आहेच नं? सॉरी हं. म्हणजे हे मी तुम्हाला सांगणं म्हणजे... आम्ही छोटी माणसं—
छाया	: म्हणजे दिसायला 'लार्ज साईज' असलो तरी माणूस म्हणून 'स्मॉल साईज' आहोत हो.
संज्या	: आम्ही खूप लबाडही आहोत. आम्ही काय केलं? मुलांना 'तुमच्या बायका तुम्हीच निवडा,' असं म्हणून मोकळे झालो—
छाया	: त्यामुळे आम्हाला लफडी करायला खूप मोकळा वेळ मिळाला हो. आणि मुख्य म्हणजे, मुलांची निवड चुकलीच तर जबाबदारी त्यांच्यावरच!
सौ. कानविंदे	: अय्याऽऽ म्हणजे तुम्ही लफडीही करता? आणि दोघांना एकमेकांची लफडी माहितीही असतात?
छाया	: हो, अगदी खुल्लम् खुल्ला!
श्री. कानविंदे	: प्लीज एक्सप्लेन—
संज्या	: काही लोक ज्याला उगाच 'समाजकार्य' वगैरे म्हणतात नं, त्याला आम्ही 'लफडं करणं' म्हणतो. 'सोशल वर्क' वगैरे शब्द खूप अवघड आणि दूरचे वाटतात हो. लफडं कसं थेट या हृदयापासून त्या हृदयापर्यंत होतं. दुसऱ्याच्या एखाद्या कामात देहभान विसरून स्वतःला गुंतवून टाकायचं आणि तरुण-तरुण होत जायचं.

छाया	: आहोत की नाही आम्ही लबाड?
श्री. कानविंदे	: किडनी रॅकेट चालवता म्हणजे लबाडीविषयी वेगळं बोलायला नकोच.
छाया	: पेनल्टी, पेनल्टी! चुकला, चुकला. इथेही जजसाहेबांचा अंदाज चुकला!
संज्या	: अहो, आम्ही ऑर्गन्स डोनेशनचं काम करतो, गरजूंसाठी फंडिंगची व्यवस्था करतो.
छाया	: असे हे माझे पती छोटेछोटे उद्योग करणारे उद्योगपती आहेत!
संज्या	: आणि आमची ही तर यूसलेस आहे. गरजू बायकांसाठी डबेवाली झालीय. पोळी-भाजीचे डबे पुरवते! शिवाय आरोग्यदायी स्वैपाकाच्या टिप्स देणारी उद्योजिकाही आहे.
छाया	: आमचं जाऊ द्या हो. तुम्ही निवृत्तीनंतर बरंच काय-काय करत असाल नं?
श्री. कानविंदे	: हो, ऑफकोर्स! सकाळी पन्नास मिनिटं वॉक घेतो. सकाळच्या नाश्त्यात दोन उकडलेली अंडी—
सौ. कानविंदे	: ओन्ली व्हाईट—
श्री. कानविंदे	: बाकी दुपारी वाचन. वामकुक्षी. सायंकाळी पुन्हा फिरणे. आठवड्यातून दोनदा योगासने, प्राणायाम—
संज्या	: नाही, नाही. मी विचारतोय — इतक्या हलखीच्या परिस्थितीतून वर आलात, तर तुम्हीही निवृत्तीच्या काळात इतर गरजूंसाठी काही तरी करत असालच नं?
सौ. कानविंदे	: (उत्साहाने) हो.. हो.. यांचे जुने कपडे वगैरे आम्ही कधी कधी गरिबांना देतो. म्हणजे एकदा तर एक सूटही दिला होता निळ्या रंगाचा—
संज्या	: कपाटात न मावणाऱ्या गोष्टी देऊन टाकणे वगैरे सांगू नका हो. बाकी सगळं सोडा, तुमच्या डोक्यातल्या 'नॉलेज'ला गंज चढेल अशी भीती नाही वाटत कधी तुम्हाला? [श्री. कानविंदे चुकून डोक्याला बोट लावून बघतात.] नाही, नाही, तो गंज असा दिसत नाही. आपल्या बोटालाही

लागत नाही. तुमच्या बोलण्या-वागण्यातून तो समोरच्याला मात्र जाणवत राहतो. किशोरच्या मनाला लागतोय तो तुमचा गंज, साहेब! तुमच्या पत्रातल्या प्रत्येक ओळीतून, शब्दातल्या सक्तीतून तो त्याला लागतोय. तुमचं पोरगं खूप सच्च्या दिलाचं आहे. पण सगळा आत्मविश्वास घालवून टाकलात तुम्ही त्याचा. सारखा बिचारा एक पाऊल पुढे, एक पाऊल मागे टाकीत चाललाय. असं जागच्या जागी घुटमळणारं लेकरू पुढे कसं जाईल? त्याला मोकळं करा. बघा — पोरगं कसं बहरून जाईल ते.

[श्री. व सौ. कानविंदे विचारात. तेवढ्यात साधारण पंच्याहत्तरीचे डॉ. भागवत आणि रघ्या घाईघाईत प्रवेश करतात. डॉ. भागवतांचा एक हात कानाला लावलेल्या मोबाईलला आधार देतो, तर दुसऱ्या हातात कुणाचे तरी एक्सरेचे रिपोर्ट्स आहेत. रघ्याच्या हातात डॉक्युमेंट्सची एक फाईल.]

डॉ. भागवत : (फोनवर) नाही, नाहीऽ अजिबात गोंधळून जाऊ नका. तिला बायपासचीच गरज आहे. हे पाहा, अँजिओग्राफीत नव्वद टक्के ब्लॉकेज आहे. बरोबर? मग आज अँजिओप्लास्टी करायची आणि ब्लॉकेजेस गेले नाहीत तर पुन्हा बायपास करावीच लागणार. त्यापेक्षा नो टाइमपास, डायरेक्ट बायपास! सिक्स्टी? हे काही घाबरून जायचं वय नाही हो. सांगा तिला रिकव्हरी होईल. दहा वर्षांनी तरुण होशील म्हणावं. हो. बाकी ऑपरेशनच्या वेळी मी तिकडे हजर असेनच ना! ओके. ठेवतो. (फोन ठेवतात. रघ्याकडे बघत) रघ्या, ही नुसरत बेग त्या म्हात्रेंच्या कँटीनमध्ये काम करते. तिच्या ट्रीटमेंटसाठी कमीत कमी लाख-दीड लाखाची प्रोव्हिजन करावी लागेल. खरं तर नुसरतला इतका महागडा आजार होणं अलाऊड नाही. पण शारीरिक समानता ही आर्थिक विषमता जाणत नाही.

रघ्या	:	ठीक आहे. होऊन जाईल.
संज्या	:	(थबकलेल्या कानविंदेना) कानविंदेसाहेब, हे डॉ. अभय भागवत. के.ई.एम.ला होते. आता आमच्याबरोबर असतात. दीड लाखाच्या खाली वार्षिक उत्पन्न असणाऱ्या पेशंट्सना मोफत सल्ला देतात. काय म्हणता तुम्ही त्याला? सेकंड ओपिनिअन! सर्जरीच्या वेळी पेशंटचे नातेवाईक म्हणून स्वत: जातीनं उपस्थित राहतात. त्यामुळे डॉक्टरांशी संवाद साधताना त्या अशिक्षित पेशंटच्या वतीनं एक अनुभवी डॉक्टर दुसऱ्या अनुभवी सर्जनशी बोलतो.
रघ्या	:	एवढंच नाही, तर नंतर सगळ्यांबरोबर ते बाहेरच्या नाक्यावर मस्त मिसळपाव खाता-खाता पेशंटची पोस्टकेअर कशी घ्यायची याच्याही टिप्स देतात.
डॉ. भागवत	:	पुरे-पुरे. आता त्यांच्याबरोबर कटिंग चहा घेतो, हेही सांगाल.
संज्या	:	गंमत म्हणजे, कधी कधी तर ते इतके साधे कपडे घालून त्या कुटुंबाचा भाग होतात की, कुणाला ते डॉक्टर असू शकतील याचा डाऊटही येत नाही!
छाया	:	आणि मग समोरचा डॉक्टर काही फुशारक्या मारायला लागला, तर त्याची थेट विकेटच काढतात.
डॉ. भागवत	:	त्यात काही विशेष नाही रे. मी शिकायला बी.जे. मेडिकलला होतो नं. तिथे डॉ. जब्बार पटेलांसारखे अनेक टॅलेंटेड सिनियर्स होते. नाटकात सारखा त्यांनाच चान्स मिळायचा. आम्ही नुसतेच स्कॉलर. प्रेक्षकांत बसून पाहणारे. त्यामुळे अभिनयाची राहून गेलेली खाज या छोट्याशा अभियानात पूर्ण करतोय. बरं, यांची ओळख?
संज्या	:	हे माजी न्यायमूर्ती के. वाय. कानविंदे.
डॉ. भागवत	:	माजी वगैरे ठीक आहे हो. आजी काय आहात?
श्री. कानविंदे	:	म्हणजे? मला नाही कळलं.
डॉ. भागवत	:	अहो, म्हणजे सध्या काय करता?
सौ. कानविंदे	:	मॉर्निंग वॉक, दोन अंडी, जेवण, वामकुक्षी—

श्री. कानविंदे	: (बायकोवर डोळे वटारत) शूऽऽ! तसं विशेष काही नाही. आता या वयात—
डॉ. भागवत	: एज डझंट मॅटर. मि. कानविंदे, लक्षात ठेवा — 'सध्या काय करताय?' या प्रश्नाचं उत्तर सदासर्वकाळ तुमच्यापाशी हवं. हा प्रश्नच तुम्हाला ऑक्सिजन देतो.
श्री. कानविंदे	: हो. पण उद्या तुम्ही ऑक्सिजनवर असणाऱ्या एखाद्या व्यक्तीलाही अखेरच्या क्षणी हा प्रश्न विचाराल, 'तुम्ही सध्या काय करताय?'
डॉ. भागवत	: ऑफकोर्स! विचारेन.
श्री. कानविंदे	: पण मग त्याच्याकडे याचं काय उत्तर असेल?
डॉ. भागवत	: 'मृत्यूशी लढतोय!' हे त्याचं उत्तर असेल!
	[कानविंदे निरुत्तर. क्षणभर स्तब्धता.]
संज्या	: मला तर कळतच नाही की — डॉक्टर, वकील, शिक्षक, वैज्ञानिक, गणितज्ञ, खेळाडू, कलावंत, न्यायाधीश हे निवृत्त कसे होऊ शकतात? निवृत्ती नोकरीला असते, तुम्ही कमावलेल्या ज्ञानाला नाही. अरे, खेड्यातला म्हातारा शेतकरीही तुम्हाला जमिनीचा कस कसा ओळखायचा ते शिकवू शकतोच नं?
छाया	: आज आपण आपलं आयुर्मान वाढलंय असं म्हणतो... पण त्याचा उपयोग काय? फक्त एफड्यांचे व्याजदर वाढले, प्रवासात लोअर बर्थ मिळाला — याच आनंदासाठी करायचा, की हातून इतरही काही घडवायचं?
संज्या	: एखाद्या निवांत क्षणी याचा विचार करा जज्जसाहेब.
कानविंदे	: (गोंधळून) काय ते?
संज्या	: ...की, सध्या तुम्ही काय करताय—
	[श्री. आणि सौ. कानविंदे विचारात असतानाच पडदा पडतो.]

- पहिला अंक समाप्त -

अंक दुसरा

प्रवेश एक

[आज संज्या-छायाच्या घराचं 'हॅपीनेस सेंटर'मध्ये रूपांतर झालंय. वर्क स्टेशनसारख्या काही खुर्च्या-टेबलं मांडली आहेत. त्यावर सगळे बसले आहेत. कुणी उभ्या-उभ्या फोनवर बोलतंय, कुणाच्या समोर व्हिजिटर्स बसले आहेत. या मेंबर्समध्ये संज्या, छाया, रघ्या, डॉ. भागवत आणि इतर काही मंडळी आहेत.]

संज्या : (समोर बसलेल्या बाईना) अहो, हा अर्ज आहे की दिवाळी अंकासाठीचा लेख? हे असं साग्रसंगीत वाचायला तिकडे मंत्रालयात वेळ कुणाला आहे?

बाई : पण त्याशिवाय त्यांना कळणार कसा माझा प्रॉब्लेम?

संज्या : कळणार असा (अर्ज हातात घेत) तुमची बदलीची मागणी इथे वर अशी आधी ठळक अक्षरात मांडा. सरकारी अर्ज लिहिताना ताकाला जाऊन भांडं लपवायचं नाही. लक्षात ठेवा, बँकेतल्या कर्मचाऱ्याची पाच बोटं जशी तुमच्या चेकवरची तारीख, नाव, अकाऊंट नंबर, अक्षरातली रक्कम आणि सही आहे की नाही हे बघतात तसं सरकारी अर्जात तारीख, विषय, संदर्भ, संपूर्ण नाव आणि स्वाक्षरी महत्त्वाची. कळलं? संदर्भ, पत्ता लिहिल्याशिवाय तुमचा अर्ज पाहिजे त्या विभागात जाणार कसा? आणि 'आदरणीय', 'तीर्थरूप' वगैरे फॅमिली लेटरमध्ये लिहायचं; इथे फक्त 'माननीय'. 'रिस्पेक्टेबल' पेक्षा 'ऑनरेबल' कळलं?

[दुसऱ्या टेबलसमोर छाया एका जोडप्याशी बोलतेय.]

छाया	: तुमचं होस्टेल आहे कुठे?
बाई	: नेरूळला.
छाया	: ठीक आहे. होस्टेल कुणासाठी आहे?
पुरुष	: मागासवर्गीय विद्यार्थ्यांसाठी आहे, मॅडम. हा मेमोरंडम.
छाया	: (पाहत) ठीक आहे. तुम्ही किती वर्षांपासून तिथली मेस चालवता?
बाई	: पाच वर्ष झाली.
छाया	: तुमच्या मॅनेजमेंटशी माझं तीन वर्षांचं कॉन्ट्रॅक्ट झालंय. मी महिन्याच्या पहिल्या रविवारी तुम्हाला 'फ्री ऑफ चार्ज' तीस जणांचं स्पेशल जेवण पाठवणार, मुलांना फिस्ट! अहो, होस्टेलवर गावाकडून आलेले विद्यार्थी असतात सगळे. आठवड्यातून एकदा तरी त्यांना काही तरी चांगलंचुंगलं, चटकदार खायला मिळालंच पाहिजे. बाकी उरलेल्या तीन रविवारी तुम्ही मुलांना काय देऊ शकता, त्याची रेसिपी मी सुचवणार. आमचं जेवण मुलांना कसं वाटतं, याचा फीडबॅक मंगळवारी पाठवा. ओके?
डॉ. भागवत	: (त्यांच्या समोर बसलेल्या पेशंटला) हे बघ, तुला तुझ्या डॉक्टरनं एकदम बरोब्बर सल्ला दिलेला आहे. तुझ्या वडिलांचं वय ऐंशी आहे. त्यामुळे हार्टचं ऑपरेशन आणि नंतरची रिकव्हरी त्यांना झेपायची नाही. शिवाय त्यांची इच्छाही नाही. त्यामुळे उगाच त्या वाटेला जायचं नाही. त्यांचा आहार, झेपेल तितकी अॅक्टिव्हिटी आणि तुझ्या डॉक्टरांनी दिलेला हा कोर्स नियमित सुरू ठेवायचा.
	[घरातला फोन वाजतो. तो घेत पासष्टीचे इन्स्पेक्टर गायकवाड बोलताहेत. बोलण्यात पोलिसी खाक्या—]
इन्स्पेक्टर	: हं, बोला. कुठे राहता? कुर्ला पूर्व. बरं, काय झालं? तुमच्या मुलावर मुलगी पळवल्याचा आरोप आहे? मुलीच्या वडिलांनीच फिर्याद नोंदवली आहे? बरं. दोघांची वयं काय? मुलगी अठराच्या खाली आहे? नाही, नाही. मग या केसमध्ये मी

तुम्हाला काहीच मदत करू शकत नाही. चुकीचे आरोप लावलेत? मुलीचंही मुलावर प्रेम आहे? पण मग दोन वर्षं थांबायला काय झालं होतं? ठीक आहे. उद्या कागदपत्रं घेऊन या. कोणती कलमं लावली आहेत ते बघायला लागेल. हे बघा, तुमच्या मुलाला शिक्षा ही झालीच पाहिजे. पण फक्त ती चुकीच्या कारणांसाठी होत नाही नं, ते बघणं माझं काम. या उद्या.

[मोबाईल वाजतो. आता सत्तरीचे सदावर्ते मास्तर तो घेत बोलताहेत.]

सदावर्ते : नाही हो. पुढच्या आठवड्याचे कार्यक्रम ठरलेले आहेत. वीस तारखेनंतर कधी येऊ ते सांगा. बरं, पत्ता सांगता की टेक्स्ट करता? किती मुलं असणार आहेत? कमीत कमी दहा असली पाहिजेत. ठीक आहे. बावीस तारीख नक्की.

[तेवढ्यात श्री. व सौ. कानविंदे येतात. श्री. कानविंदेंच्या हातात एक पिशवी. घराचं ऑफिसमध्ये रूपांतर झाल्यामुळे दोघेही कन्फ्युज्ड होऊन, चुकून दुसऱ्याच्या घरात शिरलोय असं वाटून 'सॉरी-सॉरी' म्हणत आल्या पावली तसेच मागे फिरतात. नेमके रघ्याचे लक्ष जाते.]

रघ्या : अहो, याऽऽ या—

श्री. कानविंदे : सॉरी. चुकून... मला श्री. एस. जे. पाटील यांचं घर हवं होतं. ॲक्च्युअली, काल—

रघ्या : अहो, तेच घर आहे हे. संज्या, हे बघ कोण आलंय.

संज्या : अरे, कानविंदेसाहेब, याऽऽ या. वहिनी, या. बिचकू नका. माणसं तीच आहेत, पण आज घराचं ऑफिस झालंय.

सौ. कानविंदे : हो, किशोर म्हणाला होता... ऑड-इव्हन नंबर पार्किंगसारखं-

छाया : या. अरे रघ्या, हे त्या दिवशी तो किशोर नव्हता का आला, त्याचे आई-वडील.

रघ्या : हम्मऽऽ म्हणजे माझ्या वाट्याला पोरगा आणि बाप दोघांनाही असंच कान धरून आत आणण्याची ड्युटी!

[सगळे हसतात.]

छाया : (सौ. कानविंदेंना) अहो, तुमचा किशोर आला होता नं, तोही असाच आत यायला आधी तयार नव्हता. बसा.

[दोघे अवघडून बसतात.]

श्री. कानविंदे : उगाच 'बिटिंग अराऊंड द बुश' नको. लेट अस कम टू द पॉइंट. आय हॅव हर्ड ऑल द आरग्युमेंट्स ऑफ मि. अँड मिसेस पाटील अँड ऑनरेबल डॉ. भागवत. आय हॅड डिस्कशन विथ माय बेटर हाफ अबाऊट आवर फ्युचर. अँड फायनली टेकिंग इन टू अकाऊंट ऑल द पॉसिबल कॉन्सिक्वेन्सेस, आय हॅव कम टू द कन्क्लुजन दॅट—

छाया : जज्जसाहेब, निदान निकाल तरी मराठीत सांगा.

श्री. कानविंदे : ओहऽ सॉरी! मी अशा निष्कर्षावर आलो आहे की, यापुढील आयुष्यही असेच केवळ माझी आणि माझ्या परिवाराची नाहक काळजी घेत व्यतीत करण्यापेक्षा तुमच्यासमवेत काही तरी भरीव, जीवनास नवी दिशा देणारे, अर्थपूर्ण, ठराविक कार्यक्षेत्राच्या परिघापलीकडील आयुष्य घालवायला आवडेल. माझ्या अंतर्मनाच्या आदेशानुसार—

संज्या : नको. त्यापेक्षा इंग्रजीत बोललात तरी चालेल.

सौ. कानविंदे : अहो, पुरे झाली तुमची न्यायालयीन भाषा! सुतासारखं सरळ बोला की. अजूनही रोज सकाळी कितीही घाईची लागली असली तरी मला सांगून जातात, 'नैसर्गिक आदेशानुसार पोटात तीव्र कळ आलेली असून मी शौचमार्जनासाठी जात आहे याची कृपया नोंद घ्यावी.' [सगळे हसतात.]

श्री. कानविंदे : मुख्याध्यापिका होतात. पण अजूनही कुठे काय बोलावं याची पोच नाही. गृहकलहाच्या गोष्टी या 'ज्युरिस्डिक्शन'मध्ये येत नाहीत.

सौ. कानविंदे : चुलीत घाला हो तुमचं ते 'ज्युरिस्डिक्शन'! मला आता

तुमच्या कोर्टाच्या पिंजऱ्यातून बाहेर यायचंय. या छायाताईंसारखं फ्री जगायचंय. 'लफडी' करायचीयत!

श्री. कानविंदे : ठीक आहे. मी असा 'संकल्प' करतो—

संज्या : 'संकल्प'ही नको. नॉर्मल ठरवा.

श्री. कानविंदे : आम्ही तुमच्याबरोबर काम करायला आलो आहोत. योग्य वाटेल ते काम द्या.

[सगळे टाळ्या वाजवतात.]

संज्या : वेलकम! वेलकम! आमच्या 'हॅपीनेस सेंटर'मध्ये तुमचं स्वागत! मात्र काही अटींची पूर्तता करावी लागेल.

श्री. कानविंदे : अवश्य!

संज्या : एक तर आपल्या मेंबर्सपैकी कुणालाही इनिशिअलनं संबोधायचं नाही. म्हणजे S.J., C.J., SRK असलं काही नको. मी संज्या.

छाया : मी छाया. अगदी ताई, माई, अक्काचं शेपूटही नको.

रघू : मी रघ्या.

कानविंदे : मान्य!

संज्या : अट नंबर दोन. असं पिशवी-बिशवी घेऊन येऊ नका हो. एकदम भाजी आणायला गेल्यासारखं वाटतं. जरा काही तरी मस्त 'ट्रेंडी' बॅग्ज्‌ वगैरे घ्या! कळलं नं? आपल्या वयाला शोभेल असं. (सगळे हसतात.) बरं, तुमची ओळख करून देतो. हे इन्स्पेक्टर गायकवाड. हे काळबादेवी पोलीस चौकीहून नुकतेच रिटायर झालेत. एके काळी ते काळबादेवीचे कर्दनकाळ होते.

इन्स्पेक्टर : हो, पण 'म्हातारपणाचा काळ' हा 'कर्दनकाळा'चा बाप निघाला. मायला, रिटायर झाल्यावर घरी पोरं-सुनांच्या ताटाखालचं मांजर व्हायची वेळ आली!

संज्या : आपल्या 'हॅपीनेस सेंटर'मध्ये जॉईन झाले आणि आता पोलीस चौकीत खेटे घालणाऱ्या अशिक्षित गरिबांचे ते वाली झाले.

इन्स्पेक्टर	: केसमध्ये कुणावर कोणतं कलम लावलंय, पुढची प्रक्रिया काय हे सांगणं, चांगला वकील गाठून देणं — ही सगळी कामं मी करतो.
संज्या	: विना मोबदला. आज ते त्यांच्या नोकरीच्या कारकिर्दीपेक्षा जास्त बिझी आहेत.
इन्स्पेक्टर	: जज्जसाहेब, आता तुम्ही रिटायर्ड आहात म्हणून सांगतो, म्हणजे कबुलीच देतो की — नोकरीच्या काळात लय लाच खाल्ली आपण. पण आता हे अडले-नडलेले लोक जेव्हा त्यांचं काम झाल्यावर काही तरी छोटी भेटवस्तू, गोडधोड आणतात... कुणी मला आवडते म्हणून चटकदार बिर्याणी घेऊन येतं, तेव्हा या 'लज्जती'समोर त्या लाचेची आठवण जरी निघाली तरी मळमळल्यासारखं होतं!
छाया	: हे सदावर्ते. महापालिकेत चाळीस वर्षं कारकून होते. आम्ही त्यांना सदावर्ते मास्तर म्हणतो.
संज्या	: 'पिंजरा'तल्या नाही 'सामना'तल्या 'लागूं'चे वंशज शोभतील असे. म्हणजे तत्त्वनिष्ठ हो!
सदावर्ते	: हो. पण त्यामुळे घरी सतत मुलं-सुना आणि नातवंडांना जाम पिडायचो. 'आमच्या काळी असं नव्हतं', 'हे बरोबर नाही', 'कलियुग अवतरलंय!' असं रडगाणं सुरू असायचं... मुख्य म्हणजे, मी सतत जुन्या काळचे 'किस्से' जो येईल त्याला ऐकवायचो.
संज्या	: बरं, यांच्या किश्शांना टी.आर.पी. शून्य. कारण सारखं 'रिपिट टेलिकास्ट'! [सगळे हसतात.]
सदावर्ते	: एखादा किस्सा सुरू केला की घरा-दारात पळापळ व्हायची. सून म्हणायची, ''बाबा, हा दहाव्यांदा ऐकतेय.'' नातू म्हणायचा, ''आजोबा, सिक्सर झाली आता. पुरे!'' मग मी माझा प्रेक्षकवर्ग बदलला. घरकाम करणाऱ्या मोलकरणी,

गडी पकडले. तर, त्यापैकी दोघांनी नोकरी सोडली. आता बोला!

छाया : एकदा आमच्या वाशीच्या सेंटरवर मास्तर आपली व्यथा घेऊन आले. 'अहो, माझं कुणी ऐकायलाच तयार नाही.' बोलता-बोलता आम्हाला कळलं की, यांना 'रामायण', 'महाभारत' तोंडपाठ आहे! मुलांना त्यातल्या गोष्टी सांगायचं 'स्पेशलायझेशन' त्यांच्याकडून करून घेतलं. हा-हा म्हणता वार्ता पसरली. रट्टाळ किशशांच्या जागी रसाळ 'रामायण'- 'महाभारत' आलं आणि आज गोष्टी सांगणाऱ्या या आजोबांची वेळ मिळायला महिनामहिना वाट पाहावी लागते.

सदावर्ते : थोडक्यात काय — माझ्या जाचातून परिवार मुक्त झाला आणि कानांत प्राण आणून गोष्टी ऐकणारा एक नवा परिवार मला मिळाला! मी तोच होतो, पण तोच नव्हतोही! 'आता आमच्या काळी असं काही नव्हतं,' हे रडगाणं माझ्या रेडिओवर लागत नाही.

छाया : अहो, मुलांचा स्क्रीन टाइम कमी व्हायला हवा, असं आपण नुस्तं म्हणतो, पण त्याला पर्याय देण्यासाठी, त्यांचं मन रमवायला आपल्याकडे गोष्टी कुठे आहेत? आणि गोष्टी सांगणारे तरी कुठे आहेत?

संज्या : व्हिडिओ गेम्स हातात नको म्हणता तर पोरांना मैदानी खेळ शिकवा! आमचे पाठक सर अनेक सोसायट्यांमध्ये जाऊन संध्याकाळी खो-खो, कबड्डी शिकवतात. वय वर्षे पासष्ट! एक आजोबा मुलांना विज्ञानकथा सांगतात, तर दुसरे गणिताशी दोस्ती करून देतात. तर बोला कानविंदेसाहेब, आता तुम्ही काय करणार?

श्री. कानविंदे : आयुष्यभर न्यायाधीशाच्या खुर्चीवर बसून उबलोय. आता मलाही डॉ. भागवतांसारखे जरा पाय मोकळे करायचेत. ज्या कोर्टाची पायरी चढायला लोक घाबरतात, त्यांची भीती घालवायचीय. पिन्ड्रॉप सायलेन्समध्ये, पंख्याखाली बसून नुस्त्या ऑर्डरी सोडायच्या नाहीत... तर कोर्टबाहेरच्या

उन्हात नेमकं 'आपलं आज काय होणार?' हे प्रश्नचिन्ह घेऊन उभ्या असलेल्यांचा कोर्टाबाहेरचा 'मित्र' व्हायचंय. कायदा मित्र! न्यायाचा खूप अभ्यास केला. आता अन्याय म्हणजे नेमकं काय, ते कोर्टाबाहेर जाणून घ्यायचंय.

सौ. कानविंदे : मला एक सांगा — आपण हे सगळं काम करतो, ते एकमेकांपर्यंत पोहोचतं कसं?

छाया : गाठीभेटीत आम्ही एकमेकांना सांगतो. सहा महिन्यांतून एक गेट टुगेदर करतो.

सौ. कानविंदे : हे ठीक आहे. पण मला एक कल्पना सुचलीय. आपण आपल्या लोकांसाठी एखादं मासिक काढलं तर?

[सगळे विचारात.]

छाया : हो, गुड आयडिया!

सौ. कानविंदे : मी संपादनाची जबाबदारी घेईन.

श्री. कानविंदे : हो. हिचं शुद्धलेखनही बरं आहे.

सौ. कानविंदे : 'बरं' काय, 'उत्तम' आहे! अहो, एकदा तरी झडझडून तारीफ करा. आणि फक्त शुद्धलेखन नाही, वाचन-लेखनही चांगलं आहे माझं.

श्री. कानविंदे : लेखन बरं आहे याचा एकही पुरावा माझ्याकडे नाही.

[सगळे हसतात.]

सौ. कानविंदे : तुम्हाला पुरावे द्यायला मी आता रिकामी नाही. कधी मी लिहिलेला एखादा लेख, गोष्ट वाचायला दिली की हमखास भली मोठी जांभई देणार. आणि कोर्टाची कागदपत्रं मात्र रात्र-रात्र जागून चवीनं वाचणार. एकदा मी माझी एक कथा यांना वाचायला दिली होती. आठ दिवसांनी, 'कथा वाचून झाली का?' असं विचारलं तर, 'सॉरी, टाईम डिडन्ट अलाव मी टु चेक युअर डॉक्युमेंट्स.' म्हणाले.

[सगळे हसतात.]

संज्या : डन! डन! डन! तर तुम्ही आपल्या उद्या निघणाऱ्या मासिकाच्या आज संपादक झालेल्या आहात. अभिनंदन!

[तेवढ्यात फोन वाजतो. छाया फोन घेते.]

छाया : हॅलो, कोण?

पद्या : आई, मी पद्या बोलतोय.

छाया : बोल, बोल... उपटसुंभा, आठ-दहा दिवसांनी फोन करतोयस? कसा आहेस?

पद्या : (लाजत) मी बराय आईऽऽ

छाया : ऑ? अरे, लाजतोयस काय असा?

पद्या : आई, अगं, तू बोल वीणाशीच...

छाया : बरं, दे तिला. काय गं बाई? काय म्हणतेस?

वीणा : आई, अहो, आमच्याकडे गुड न्यूज आहे...

छाया : काऽऽय? हे म्हणजे अगदी टूऽ मच आहे! अगं, कुणालकडेपण गुड न्यूज आहे!

वीणा : हो. आम्हाला माहितीय नं—

छाया : अरे वा! तुम्हाला आधीच माहीत होतं? बरं, तुझी तब्येत कशी आहे? कितवा लागला?

वीणा : चौथा.

छाया : व्वा! प्रगती आहे. डिलिव्हरी डेट काय दिलीय?

वीणा : एप्रिल फर्स्ट वीक.

संज्या : (मधेच छायाला) काय गं?

छाया : अहो, पद्याची वीणाही प्रेग्नंट आहे.

संज्या : आयलाऽ आपली पोरं म्हणजे अगदी उद्योगी निघाली हं. (तिच्या हातातल्या रिसिव्हरमध्ये तोंड खुपसून) सूनबाई, अभिनंदन! छान! छान!

छाया : काळजी घे गं!

वीणा : एकटी कशी घेणार काळजी? तुम्ही या ना दिल्लीला.

छाया : हो, हो. बाळ झाल्यावर येईन की. राहीन महिनाभर.

वीणा : महिनाभर नाही हं आई, आता तुम्ही दिल्लीतच राहायचं वर्षभर.

छाया	: वर्षभर? नाही गं बाई.
वीणा	: का बरं?
छाया	: अगं, आत्ताच नाही बाई मी तुला प्रॉमिस वगैरे देऊ शकत. मला माझी डायरी बघायला पाहिजे.
वीणा	: तुमची डायरी? व्हॉट नॉन्सेन! (पद्याला) घे, बोल तूच. 'डायरी बघायला लागेल' म्हणतेय तुझी आई.
छाया	: (संज्याला हलकेच) माझी डायरी म्हणजे व्हॉट नॉन्सेन्स म्हणतेय. बरंच धाडस वाढलंय सुनेचं...
पद्या	: हॅलोऽ हॅलोऽऽ आई, काय चाललंय तुझं? बाळंतपणाला ये म्हटलं, तर कामाची डायरी काढतेस?
छाया	: अरे—
पद्या	: तुला नातवंडापेक्षा तिथली तुझी रिकामटेकडी कामं महत्त्वाची वाटतायत? आमची मुलं काय आम्ही अशी कुणावरही सोपवू? पुरे झालं ते लष्कराच्या भाकऱ्या थापणं.
छाया	: अरे पद्या, ऐक तरी—
पद्या	: हे बघ आई, तुला फायनल सांगतो — तू जर आमच्या अशा अडचणीच्या वेळी आली नाहीस ना, तर आयुष्यभर बोलणार नाही हं मी तुझ्याशी...
छाया	: आपण बोलू नंतर—
पद्या	: नंतर नाही आणि आधी नाही... आयुष्यभर बोलणार नाही म्हणतोय मी.
छाया	: (जरा चढ्या आवाजात) अरे, या विषयावर नंतर बोलू म्हणतेय मी. (सगळे चमकून बघतात. छाया सावरासावर करत) ते आमच्याकडे आज, ते हे आलेत. ते हे आहेत नं... त्याच्यासाठी, ते येणारेत, काँग्रॅट्स! ठेवते. [छाया फोन ठेवते. सगळे अजूनही तिच्याकडेच बघताहेत.]

अंधार

अंक दुसरा

प्रवेश दोन

[रात्र. ऑफिसच्या सेटचे आता पुन्हा संज्या-छायाच्या घरात रूपांतर झाले आहे. प्रकाशयोजनेतही रात्रीच्या रंगच्छटा मिसळत जातात. रंगमंचावर संज्या एकटाच अस्वस्थपणे फेऱ्या मारत कुणाला तरी फोन करतोय... पण फोन लागत नाहीए. सारखा 'आऊट ऑफ रेंज' लागतोय. मग तो दुसरा नंबर लावतो... तोही 'सभी लाईने व्यस्त है...' म्हणत राहतो... शेवटी एक नंबर लागतो.]

कुणाल : हॅलोऽऽ

संज्या : हॅलोऽऽ कुणाल बोलतोय का?

कुणाल : हो बाबा, मीच बोलतोय—

संज्या : अरे, किती वेळापासून तुला ट्राय करतोय—

कुणाल : अहो, ऑफिसलाच निघायच्या घाईत होतो.. बोला, काय म्हणताय? आज 'वर्किंग डे'ला कसा केलात? बाबा, वेळेचा काही घोळ झाला का? आत्ता इथे अटलांटाला सकाळचे आठ वाजलेत.

संज्या : अरे, हो रे. सॉरी! पण मला रात्री तुला मारिया घरी असताना करायचा नव्हता. तुझ्याशी एकट्याशीच बोलायचं होतं.

कुणाल : आईच्या फ्लाईट बुकिंगबद्दल का?

संज्या : नाही रे बाबा, आईची तब्येत अचानक बिघडलीय.

कुणाल : काय म्हणताय?

संज्या	: म्हणजे काल आपल्या पद्याशी ती बोलली आणि थोड्याच वेळानं तिला 'अनइझी' वाटायला लागलं...
कुणाल	: म्हणजे? द्या तिला, बोलतो मी.
संज्या	: ॲडमिट आहे रे ती. कसं सांगू तुला, कुणाल? मॅटर इज सिरियस. तुला ताबडतोब निघून यावं लागेल. पद्यालाही फोन करतोय. त्याचाही फोन व्यस्त—
कुणाल	: अहो बाबा, असं अर्धवट काय सांगताय? असं अचानक?
संज्या	: अर्धवट काय... आणि अचानक काय? आजार कळून, तुला रिपोर्ट्स पाठवून मगच तुझं समाधान होणारे का? शी इज सिंकिंग, कुणाल. तुला पट्कन फ्लाईटचं बुकिंग करता यावं म्हणून कळवतोय. आता ठेवतो आणि मग पुन्हा बोलतो. कळव काय ते.
कुणाल	: अहो बाबा, ऐका तर माझं.
	[लँडलाईनची बेल वाजते.]
संज्या	: अरे थांब, पद्याचा फोन येतोय, तुझ्याशी नंतर बोलतो- (संज्या फोन कट करतो. पद्याचा फोन येतो-)
पद्या	: हॅलोऽ हां बाबा, तुमचे तीन मिस्ड कॉल्स दिसतायत. काय म्हणताय? काल मला तुमच्याशीही बोलायचं होतं तर आईनं दिलाच नाही तुम्हाला फोन. घाईघाईत कट केला.
संज्या	: पद्या, अरे, तुला ताबडतोब निघून यावं लागेल. आईची तब्येत अचानक ढासळलीय...
पद्या	: काऽऽय?
संज्या	: शी इज क्रिटिकल. तुला कधीचा फोन करतोय.
पद्या	: पण कधी झालं हे? काल तर माझ्याशी फोनवर चांगलं बोलली... आणि 'झालं काय नेमकं?'
संज्या	: अरे, तुझ्या फोननंतर संध्याकाळीच तिला जरा 'अनइझी' वाटायला लागलं... त्यामुळे ॲडमिट करून, सगळं चेकिंग केलं तर ईसीजीमध्ये डॉक्टरांना गडबड वाटली... (संज्याचा मोबाईल वाजतो.) अरे, कुणालचा सारखा फोन येतोय.

बाकीचं सगळं नंतर सांगतो, पण तोपर्यंत फ्लाईटचं बुकिंग वगैरे करून टाक. शी इज क्रिटिकल — एवढं लक्षात ठेव.

पद्या : बाबाऽ बाबाऽऽ ऐकून घ्या माझं — मला आज वगैरे, ताबडतोब निघता येणार नाही.

संज्या : मी करतो तुला फोन. हा कुणाल काय म्हणतोय ते बघतो आधी. (कुणालचा फोन घेतो.) हं, बोल कुणाल... कधीची आहे फ्लाईट?

कुणाल : माझं ऐकून घ्या बाबा, मी नुकताच नवा जॉब स्वीकारलाय—

[एवढ्यात आतून छाया बाहेर येते. तिच्या हातात आइस्क्रीमचे दोन कोन. एक आइस्क्रीम खात-खात ती येते. संज्याची आणि तिची नजरानजर. तिला पाहून संज्या कपाळावर हात मारून घेतो. छाया मात्र मजेत. ती त्याच्या हातात आइस्क्रीमचा दुसरा कोन देते. संज्या आता फोनचा स्पीकर ऑन करतो.]

कुणाल : त्यामुळे इथे लगेच लिव्ह घेणं इम्पॉसिबल आहे. मला आधी इथे स्वत:ला प्रूव्ह करावं लागणारेय... मी जॉईन झाल्या-झाल्याच माझ्यावर एक चॅलेंजिंग प्रोजेक्ट सोपवलंय... ऐकताय नं?

संज्या : हो, आम्ही ऐकतोय—

कुणाल : आम्ही म्हणजे?

संज्या : आम्ही म्हणजे मी रे. मी स्वत:ला आदरार्थी बहुवचन—

कुणाल : बाबा, तुम्ही अजिबात काळजी करू नका. सगळ्यात ॲडव्हान्स हॉस्पिटलमध्ये तिला ठेवा. कोण बेस्ट डॉक्टर असेल त्याला बोलवा... इथे घेऊन येता का? मी सगळं करतो... मी सांगतो, आईला काही होणार नाही—

संज्या : तुझ्या तोंडात आइस्क्रीम— आपलं, साखर पडो. पण वेळ सांगून येत नसते रे. आणि पैशानं माणूस वाचणार असतं तर आजवर श्रीमंतांच्या यादीतले अनेक जण चार-पाचशे वयाचे नसते का?

कुणाल : बाबा, तुम्ही असं भलतंसलतं बोलू नका बरं. प्लीज ट्राय टू

अंडरस्टॅंड मी. मी या मंथएण्डपर्यंत नक्की पोचतो. तोपर्यंत रोज टचमध्ये राहतो. रात्री फेसटाईमवर तिच्याशी बोलतो.

संज्या : हे बघ कुणाल, मी तुला सांगण्याचं माझं काम केलं... आता 'मंथएण्ड'ला यायचं की 'दी एण्ड' झाल्यावर, ते तू ठरव. (दुसरा फोन वाजतो.) हं, बोल पद्या...

पद्या : बाबा, आवाज किती खोल येतोय तुमचा?

संज्या : हो रे. सहसा अशा वेळी खोलच जातो म्हणतात.

पद्या : तर बाबा, मी स्वत: गेले सहा महिने झटून एक सेमिनार अॅरेंज केलाय. त्यासाठी अनेक देशांतले रिप्रेझेंटेटिव्हज येतायत आणि नेमकं त्याच वेळी—

संज्या : हो रे! हे आजारपण पण एकदम कंडम असतं. भलत्याच वेळी येतं. ऑफकोर्स, 'पासष्टी' म्हणजे 'भलती वेळ' आहे का? माहीत नाही.

पद्या : टोचून बोलू नका, बाबा. मला कळतंय. माझी गोची लक्षात घ्या. बरं, वीणाला पाठवायचं म्हटलं तर ती या नाजूक अवस्थेत—

संज्या : छे, छेऽऽ तिला तर सध्या सांगूही नकोस. गरोदरपण म्हणजे नाजूकच रे. तुमच्या आईनंही तुम्हाला अशाच अवस्थेत नऊ महिने सांभाळलं.

पद्या : मी काय करतो—

संज्या : काय करतो?

पद्या : तुम्ही तिला इथे घेऊन येता का? मी सगळं मॅनेज करेन.

संज्या : कुठे दिल्लीला? (स्वत:शी) ऑक्सिजनचे दोन मास्क लावावे लागतील. एक तिच्यासाठी आणि दुसरा पोल्युशनसाठी—

पद्या : व्हॉट रबिश! तिला काहीही होणार नाही —

संज्या : अरे, तिकडे कुणालनंही नवा जॉब घेतलाय. अॅक्च्युअली, आईला नं तुमच्या कामाचा सिरिअसनेस कळायला हवा होता. नको तेव्हा सिरियस झाली—

पद्या : मला तुमचं फीलिंग समजू शकतं. पण—

संज्या : आता फक्त थोडं आधी कळलं असतं तर, असं म्हणू नकोस—

पद्या : मी पुढच्या आठवड्यात नक्की पोचतो. तोपर्यंत रिपोर्ट्स पाठवता का? इथे चांगल्या डॉक्टरांचं सेकंड ओपिनियन घेतो.

संज्या : टेन्शन घेऊ नका. मी जिवंत आहे. मला तुमच्या अडचणी समजू शकतात रे.

पद्या : ऐका बाबा, माझा 'सेमिनार' बावीसला संपतोय. मी त्याच दिवशी मिळेल त्या पहिल्या फ्लाईटनं निघतो. रेस्ट ॲश्युअर्ड! आईला सांगा—

संज्या : सांगतो. की, सेमिनार संपेपर्यंत तुला थांबावं लागेल—

पद्या : थँक्स बाबा. आत्ता बरं वाटलं मला. मी रात्री पुन्हा फोन करतो—

[संज्या स्पीकर बंद करतो. फोन ठेवतो. दोघे मजेत आइस्क्रीम खात असतानाच अंधार.]

अंधार

अंक दुसरा

प्रवेश तीन

[पुन्हा प्रकाश येतो तेव्हा ऑफिसचा (हॅपीनेस सेंटर) सेट दिसतो. सगळे आपापल्या जागी. कामे सुरू आहेत. कुणी फोन करताहेत. मागच्या प्रवेशातले संज्या, छाया, रघ्या, डॉ. भागवत, इन्स्पेक्टर गायकवाड, सदावर्ते गुरुजी आहेत. सगळे गडबडीत असतानाच दरवाजात शॉर्ट्स, रंगीबिरंगी शर्ट, पाठीवर सॅक, डोळ्यांवर गॉगल घातलेला एक माणूस सपत्नीक येतो. त्याच्या बायकोनेही पाश्चात्त्य ड्रेस घातलाय. तिच्याही डोळ्यांवर मोठा महाग गॉगल.]

माणूस आणि बाई : हाय एव्हरीबडी!

[सगळ्यांचे लक्ष जाते. सर्वजण गोंधळलेले.]

संज्या : (रघ्याला) रघ्या, बघ रे, कुणी तरी टुरिस्ट आलेत वाटतं. अॅड्रेस वगैरे विचारीत असतील तर सांग नं त्यांना प्लीज... आणि कटव लवकर. (पुन्हा आपल्या कामाला लागतो.)

रघ्या : येस सर, मॅडम? मे आय हेल्प यू? हूम डू यू वॉट टू मीट? प्लीज शो मी द अॅड्रेस—

माणूस : अरे रघ्याऽऽ फसलास नं लेका! अरे संज्या, शिंच्याऽ मी कानविंद्या आहे रे.

[ते गॉगल काढतात. सगळे चाट पडतात. एकच कल्ला करतात.]

सगळे : 'अरे कानविंद्या तू?', 'सुधा, अगं तुला ओळखलंच नाही.', 'काय फॅन्सी ड्रेस स्पर्धेत भाग घेतला होता का?', 'अरे,

काय चॅप्टर दिसतायत!', 'शॉर्ट्स ड्रेस! ऐकत नाही हां...', 'सॅक बघा, सॅक. सोळा वर्षांचं पोरगं झक मारेल!', 'मला फोटो काढू द्या. प्लीजऽ पोझ द्या. सुधा खेटून उभी राहा की. क्या बात है! मान गए'—

श्री. कानविंदे : (हसत) आवडला ना नवा गेटअप? संज्या, तूच म्हणाला होतास नं एखादी ट्रेंडी बॅग वगैरे घे म्हणून?

संज्या : मी बॅग घे म्हणालो 'ट्रेंडी'... तू तर अख्खा टेडी बेअरच झालास!

छाया : पण दिसतायत भारी हं. फक्त एकच बदल करा. आपल्या पिकनिकसाठी हे कपडे राखून ठेवा.

सौ. कानविंदे : तरी मी ह्यांना म्हणाले, हे जरा अतीच होतंय म्हणून. पण ह्यांच्या कानांत वारं गेल्यासारखं खरेदी चालली होती.

छाया : नाही, बाकी नाही. सुधा, अगं संपादिका पण वाटली पाहिजेस नं तू?

संज्या : हो आणि कानविंद्या, कोर्टाबाहेर या वेशात उभा राहिलास तर न्यायदेवतेवर जरा अन्यायच होईल.

रघ्या : तुम्ही कोर्टातून नाही, एकदम जेलमधून सुटल्यासारखे 'फ्री बर्ड' वाटताय.

श्री. कानविंदे : बरं, जोक्स अपार्ट. बिफोर आय स्टार्ट माय वर्क, तुमच्या दोघांशी जरा पर्सनल बोलायचं होतं.

संज्या : इथे काहीही पर्सनल वगैरे नाही, सगळं सार्वजनिक बोलायचं.

श्री. कानविंदे : नाही. आमच्या किशोरबद्दल होतं, म्हणून—

छाया : बिनधास्त बोला हो—

सौ. कानविंदे : मी सांगते, गेल्या बारा दिवसांत किशोरचं आम्हाला एकही पत्र, मेल किंवा फोन नाही.

श्री. कानविंदे : धिस इज हॅपनिंग फॉर द फर्स्ट टाइम.

सौ. कानविंदे : पण आम्ही ठरवलं, आपण आपल्या नव्या स्ट्रॅटेजीप्रमाणे डेस्परेट व्हायचं नाही की त्याला कॉन्टॅक्ट करायचा

नाही. मी लिहिलेली तीन पत्रं आणि ह्यांनी लिहिलेली दोन पत्रं आम्ही त्याला न पाठवताच टराटरा फाडून टाकली.

छाया : उत्तम!

श्री. कानविंदे : पण मग काल शेवटी आम्ही काळजी वाटून —

सौ. कानविंदे : छाये, काळजी तर थोडी वाटणारच नं?

छाया : अगदी नॅचरल आहे.

श्री. कानविंदे : त्याच्या एका तिथल्या मित्राला फोन केला. की बाबा, काय भानगड आहे? आम्हाला फक्त एवढंच सांग, इज ही फाईन?

सौ. कानविंदे : तर तो म्हणाला, 'ही इज सुपरफाईन!' त्याचं सध्या कुणाशी तरी अफेअर चाललंय म्हणे. तिकडेही तो इतर कुणालाच भेटत नाहीए—

सगळे : अभिनंदन!

श्री. कानविंदे : म्हणजे आम्हालाही आनंद झालाच. पण टेन्शनही आलं — कोण असेल? कशी असेल?

सौ. कानविंदे : म्हणजे त्यानं कळवलं नाही म्हणून आपण वाईट वाटून नाही नं गं घ्यायचं?

छाया : छ्याऽ! त्यात वाईट वाटण्यासारखं काय आहे?

सौ. कानविंदे : किती बरं वाटतंय! वाईट वाटून नाही घ्यायचं. किती हलकं वाटतंय. बरं झालं, तुम्ही भेटलात. वाईट वाटून नाही घ्यायचं— (अचानक हुंदका येऊन) पण छाया, तो तुमच्या कुणालसारखा आम्हाला न कळवता लग्न नाही नं गं करणार? (रडायला लागते.)

छाया : नाही गं सुधा. एकदम साधा पोरगा आहे.

सौ. कानविंदे : आणि नाही कळवलं तर नाही कळवलं!

श्री. कानविंदे : आपण वाईट वाटून घ्यायचं नाही.

सौ. कानविंदे : अगदी. मी ह्यांना म्हणाले, तुम्ही तुमच्या वयात हुशार होतात. माझी निवड केलीत—

श्री. कानविंदे	: आता एखादं डिसिजन चुकू शकतं—
	[सगळे हसतात.]
सौ. कानविंदे	: (चिडून) उलट तेवढं एकच चांगलं डिसिजन घेतलंत म्हणते मी. माझ्याशिवाय कुणी सहन केलं असतं इतकं तुम्हाला? किशोरही हुशार आहे. तोही योग्य निवड करेल. त्याचीही होणारी बायको त्याला सहन करेल. आपण वाईट वाटून घ्यायचं नाही.
श्री. कानविंदे	: आम्ही त्याला एखादा फोन केला तर चालेल? की, त्याच्याच फोनची वाट बघू?
संज्या	: करेक्ट! एक-दोन दिवसांत त्याचाच फोन येईल बघा. अजिबात टेन्शन घेऊ नका.
श्री. कानविंदे	: हाच, हाच धीर हवा होता आम्हाला. मला वाटायचं, आयुष्यात फक्त न्यायच हवा असतो माणसाला. पण नाही, असा धीर, दिलासाही गरजेचा असतो... लेट अस स्टार्ट द वर्क नाऊ!
संज्या	: बरं, काम सुरू करण्यापूर्वी एक छोटीशी आठवण. पुढच्या रविवारी आमच्या घरी भिशीची पार्टी आहे. सगळ्यांच्या लक्षात आहे नं? छाया, तू या दोघांनाही रीतसर इन्व्हाईट कर... त्यांचं कॉन्ट्रिब्युशन, पार्टीसाठी काय आणायचं वगैरे कल्पना दे. (तेवढ्यात फोन वाजतो. संज्या बघतो तर कुणालचा फोन. तो जरा बाजूला जाऊन घेतो. खोट्या गंभीर स्वरात) हं, बोल कुणाल. हो. आईची कंडिशन जैसे थे आहे. म्हणजे तब्येत एकदम अजून ढासळली, असं नाही म्हणता येणार. पण एकदम सुधारली, असंही नाही सांगता येणार. तुला कळतंय नं? म्हणजे 'काळजी करायचं कारण नाही,' असं डॉक्टर अजून एकदाही म्हणाले नाहीत. काय म्हणतोस? 'मंथ एण्ड'लाच फ्लाईट बुकिंग केलंस. बरं. आता बघू या. (सुस्कारा सोडतो.) मी एक काम करतो, रात्री हॉस्पिटलमध्ये गेलो की फेसटाइम करतो... तेवढीच तुझी आईशी भेट! (गहिवरल्यासारखे करत फोन बंद करतो.)

रघ्या	: संज्या, ही काय भानगड आहे? इकडे ही छाया ठणठणीत उभी आहे आणि ॲडमिट काय, सिरियस काय! काय चावटपणा लावलाय?
डॉक्टर	: बरं, एप्रिल फूल करायला हा एप्रिल महिनाही नाहीए.
छाया	: नंतर सांगू. ते आमचं पर्सनल आहे.
सौ. कानविंदे	: अगं, आत्ताच खासगी-सार्वजनिक आपल्यात काही नाही म्हणालात नं?
श्री. कानविंदे	: धिस इज चीटिंग. वुई मस्ट नो द फॅक्ट.
संज्या	: ते आमचं सरप्राईज आहे.
	[तेवढ्यात श्री. कानविंदेंचा फोन वाजतो. ते फोन कुणाचा आहे ते बघतात.]
श्री. कानविंदे	: (डोळे विस्फारत) किशोर! सुधा, किशोरचा फोन आहे. फोन तूच घे. तूच बोल.
सौ. कानविंदे	: नको. तुम्हाला आलाय, तुम्हीच घ्या. वाईट वाटून घ्यायचं नाही. काहीही झालेलं असो, काहीही झालेलं नसो. वाईट वाटून घ्यायचं नाही! आत्ता दिलासा, धीर मिळालाय नं तुम्हाला? ऑल द बेस्ट!
श्री. कानविंदे	: (स्वतःला सावरत) बोल किशोर. हाऊ ओल्ड आर यू? सॉरी. हाऊ आर यू?
किशोर	: बाबा, सॉरी! मी महिनाभरात फोनच केला नाही.
श्री. कानविंदे	: महिना नाही, तसे साडेबाराच दिवस झालेत—
किशोर	: हो का? मला काळ, वेळ, दिवस, रात्र कशाचं भानच उरलं नाही, बाबा. आय ॲम मॅडली इन लव्ह! तुम्ही रागावला नाहीत नं?
श्री. कानविंदे	: (फोनवर हात ठेवून इतरांना विचारतात) 'मॅडली इन लव्ह' म्हणतोय, तर रागावू का?
संज्या	: अरे, रागवायचं कशाला? काँग्रॅट्स म्हण.. थांबऽ थांब, स्पीकरवर टाक.
	[कानविंदे फोन स्पीकरवर टाकतात.]

सगळे	: अभिनंदन! काँग्रॅच्युलेशन्स!
	[दरम्यान कानविंदे फोन सौ. कानविंदेंकडे देतात.]
सौ. कानविंदे	: (पढवल्यासारखे) काँग्रॅट्स! काँग्रॅट्स! आम्ही कशाला रागावू? अरे वा! खूपच छान! आम्ही कशाला वाईट वाटून घेऊ? आम्ही आता संज्या-छायाचं 'हॅपीनेस सेंटर' जॉईन केलंय नं. वुई आर हॅपी! तुझी निवड चांगलीच असणार. वुई ट्रस्ट यू—
किशोर	: आय कान्ट बिलिव्ह धिस! मला आश्चर्यच वाटलं होतं की, मी इतक्या दिवसांत पत्रं पाठवलं नाही, मेल केला नाही तरी तुमची 'शो कॉज नोटीस' आली नाही. तुम्ही इतके कूल कसे, तेच मला कळत नव्हतं. आता कळलं. लव्ह यू—
सौ. कानविंदे	: लव्ह यू. (फोन स्पीकरवरून काढत खासगी स्वरात) आता सांग बरं, कोण आहे ती? कुठली आहे? कशी आहे?
किशोर	: ते माझं सरप्राईज आहे. योग्य वेळी सांगेन. डायरेक्ट दाखवेनच. (फोन कट करतो.)
सौ. कानविंदे	: (सगळ्यांना) अहो, हाही तेच म्हणतोय.
संज्या	: काय?
सौ. कानविंदे	: ते त्याचं 'सरप्राईज' आहे!
सगळे	: 'सरप्राईज'?

अंधार

अंक दुसरा

प्रवेश चार

[रात्र. पुन्हा घराचा सेट. संज्या अस्वस्थपणे येरझाऱ्या घालतो आहे. संज्याचा फोन वाजतो. तो बघतो, तर अमेरिकेहून कुणाल आहे.]

संज्या : छायाऽऽ काय करायचं? कुणालचा आहे. आत्ता तुला देऊ की नंतर?

[छाया येते. ती विचारात असतानाच घरातला फोन वाजतो.]

पद्याचाही नेमका आत्ताच आलाय.

छाया : कॉन्फरन्स कॉलवर घे दोघांना—

संज्या : हॅलो पद्या, मी नं तुला आणि कुणालला कॉन्फरन्सवर घेतोय.

कुणाल : बाबा, प्लीजऽ मला आईला बघायचंय. दोघांनाही व्हिडिओ कॉल लावा.

संज्या : बरं... बरं. (फोन बंद करून पुन्हा लावू लागतो.)

छाया : अरे, नको—नकोऽऽ मला या कपड्यांमध्ये बघून त्यांना जास्तच शॉक बसेल.

संज्या : छाया, अगं, तू सिरियस आहेस हे कळूनही ज्यांना शॉक नाही बसला तर तू बरी आहेस हे कळल्यावरचा धक्का असून असून किती व्होल्टेजचा असणारे? (ती हसते. संज्या फोनवर) हॅलो, कुणाल—

[मोबाईलचा कॅमेरा छायासमोर धरतो. आता भिंतीवरच्या स्क्रीनवर कुणाल आणि पद्या दिसताहेत.]

छाया	: हाय कुणाल! कसा आहेस? बोल.
कुणाल	: आई, तू तर एकदम नॉर्मल वाटतेस. एवढ्यात इतकी बरी झालीस?
छाया	: ठणठणीत म्हणायचंय का तुला? तर, खरंच अगदी ठणठणीत आहे. आणि मला काय धाड भरलीय?
पद्या	: अगं, म्हणजे तुला काहीच झालेलं नाही?
कुणाल	: बाबा, कॅमेरा खाली करा. (संज्या कॅमेरा खाली करतो.) हे काय, तू घरीच आहेस? आई, काय चाललाय हा प्रकार? बाबा म्हणाले, तू ॲडमिट आहेस. सिरियस आहेस?
छाया	: तुला काय वाटलं, मी हॉस्पिटलच्या निळ्या, चट्टेरीपट्टेरी कपड्यांत असेन?
कुणाल	: दे बाबांना फोन. हा काय चावटपणा?
पद्या	: आम्हाला का खोटं सांगितलं? फालतू टेन्शन दिलंत.
कुणाल	: आत्ता उत्तर दे. व्हॉट डज इट मीन?
छाया	: खेचली रे जरा तुमची. आणि व्हॉट डज इट ऑल मीन? विचारत असशील तर सांगते, 'इट मीन्स अ लॉट फॉर अस!' हे आमचं असं खेचणं आम्हाला बरंच काही सांगून गेलं आणि तुम्हालाही बरंच काही सांगून जाणारे... ॲक्च्युअली, आम्ही तर आधी मला ऑक्सिजनचा मास्क वगैरे लावणार होतो, एक-दोन सलाईनच्या खोट्या बाटल्या अरेंज करून माझं शूटिंग करून तुम्हाला दाखवणार होतो. पण नंतर म्हटलं, इतकं नको. आपल्याला मुलांच्या फक्त भावना जाणून घ्यायच्यात, त्यांच्या भावनांशी खेळायचं नाहीए.
कुणाल	: म्हणजे? आत्ताही आमच्या भावनांशी खेळलातच की तुम्ही... आई, अगं माझं फ्लाईटचं बुकिंग करून ठेवलंय मी.
पद्या	: मीसुद्धा—
संज्या	: (चिडून) त्याची अमाऊंट तुमच्या खात्यात व्याजासकट जमा होईल रे.

छाया	: (संज्याला गप्प करत) बरं, मला सांग, बुकिंग कधीचं केलं होतंत?
कुणाल	: ते 'मंथ एण्ड'चं.
आई	: आणि तू?
पद्या	: वीकएण्डचं.
आई	: का बरं? मी इथे एवढी क्रिटिकल आहे कळल्यावर मिळेल ते पहिलं फ्लाईट नाही घ्यावंसं वाटलं तुम्हाला?
कुणाल	: हे बघ आई, त्याचं कारण मी बाबांना सांगितलं होतं. असं अचानक—
छाया	: अचानक? आता या वयात आमची तब्येत काय तुझ्या जॉबच्या सोईनं बिघडणारे? अरे, पूर्वीच्या काळी 'स्टार्ट इमिजिएटली' अशी तार कुणी पाठवली की, जेवणारा माणूस भरल्या ताटावरून उठून हातावर पाणी घ्यायचा आणि मिळेल त्या वाहनानं आपल्या माणसाला शेवटचं भेटायला तडक निघायचा... तडकाफडकी...!
कुणाल	: पण म्हणून काय आता मी अमेरिकेतला जॉब सोडून निघू? करिअर वाऱ्यावर सोडून असं आजच्या काळात निघता येतं का? परिस्थिती बदललीय नं आई?
छाया	: करेक्ट! कसं बोलतंय ते माझं बाळ चुरूचुरू! आज असं जॉब सोडून, आपलं काम वाऱ्यावर सोडून निघता येत नाही... म्हणजे आपण गृहीत धरलंय की, तुम्ही आज हजारो मैलांवर दूर 'स्थायिक' होणार म्हणजे आमच्या शेवटच्या भेटीलाही तुमचं येणं होईलच असं नाही — आमची किंवा तुमची कितीही इच्छा असली तरी. फक्त आपण हे प्रत्यक्ष बोलत नाही. त्यामुळे तुम्ही येऊ शकणार नाही, हे आम्हाला आधीच माहीत होतं.
कुणाल	: मग तरीही हा पोरखेळ का मांडलात तुम्ही? व्हॉट डिड यू अचिव्ह?
छाया	: थांब. म्हणजे, अशा भावनिक गोष्टींपेक्षा आपल्या कामाचं

मोल आज अधिक आहे, ही वस्तुस्थिती आधी आपण मान्य करूया... आता मला सांग, तुमच्या कामाला ही एवढी प्रतिष्ठा आणि आमची कामं-धामं सोडून आम्ही धावत तुमच्या मागे यायचं का रे? परिस्थिती, काळ, मूल्य ही फक्त तुम्हा तरुणांचीच बदलली; आम्ही जसंच्या तसंच राहायचं...? म्हणजे आम्ही इथे बसून तुमची तिथली काळजी करायची... तुम्ही परस्पर न सांगता, न कळवता लग्न केलं तरी तुम्हाला समजून घ्यायचं, तुमच्या बायकांची बाळंतपणं करायची, बेबी सिटिंग करायचं आणि आम्ही 'शक्य नाही' म्हटलं की, आम्ही 'क्रूर' ठरणार.

कुणाल	:	ओह! सो धिस इज द पॉइंट यू वॉँट टू प्रूव्ह!

छाया : येस डिअर! धिस इज द पॉइंट वुई हॅव ऑलरेडी प्रूव्हन! तुमच्यासारखंच आमचंही काम महत्त्वाचं असू शकतं, या नव्या वास्तवाची जाण तुम्हाला करून द्यावीशी वाटली. आमच्या अखेरच्या क्षणी तुम्ही जर कदाचित नाही पोचू शकलात, तर आम्ही तुम्हाला अजिबात 'दोषी' वगैरे ठरवणार नाही. तसंच आम्हीही कधी तुमच्या पोराबाळांच्या संगोपनासाठी नाही येऊ शकलो, तर आम्हालाही 'अपराधी' ठरवू नका — एवढंच म्हणतेय मी.

पद्या : त्यापेक्षा स्पष्ट सांगायचं नं 'आम्ही बिझी आहोत, जमणार नाही म्हणून!' त्यासाठी इतके उपद्व्याप कशाला? ठेवली असती एखादी आया किंवा नॅनी—

छाया : अरे, हे तू आत्ता बोलतोयस, पद्या. पण तेव्हा तर तू 'मी तुझ्याशी आयुष्यभर एक शब्दही बोलणार नाही,' म्हणाला होतास. आणि 'मी डायरी बघते,' म्हणाले, तर तुझी बायको 'व्हॉट नॉन्सेन्स' म्हणाली होती. म्हणजे डायऱ्या वापरणं ही तुमच्याच वयाची मक्तेदारी आहे होय रे..? आमच्यासाठी रोजचे दिवस, वेळ, टाइमटेबल, कॅलेंडर, प्लॅनिंग चार्ट यांना काही व्हॅल्यूच नाही... आणि मग काय करायचं आम्ही? 'नाना-नानी'सारखी फक्त तुमची दिवस-

रात्र वाट पाहायची? हे आम्हाला जमणार नाही हं नंद्या...
दिनू, सांगून ठेवते.

पद्या : आई, मी पद्या आहे... नंद्या काय नंद्या?

कुणाल : आणि मी कुणाल. हा 'दिनू' कोण? आर यू इन सेन्सेस?

पद्या : आणि नाना-नानीसारखी वाट नाही पाहणार म्हणजे? हे
कोण नाना-नानी? काय बोलतेयस काय तू?

छाया : (आपल्याच तंद्रीत) आणि तो नंदू म्हाताऱ्या नाना-नानीला
सोडून लष्करात गेलेला तुम्हाला चालतो आणि आमची कामं
म्हणजे लष्कराच्या भाकऱ्या भाजणं होय रे? आम्ही इथे
लोकांची कामं आपलीच मानून एका धुंदीत जगतोय, तर
तुमची पोटं दुखतात. तुझे बाबा सकाळपासून रात्रीपर्यंत
पायांना भिंगरी लावल्यासारखे फिरत असतात... शेकडो
गरिबांची मंत्रालयात अडलेली कामं ते अक्कलहुषारीनं मार्गी
लावतात, उपोषणांना पाठिंबा देण्यासाठी भले एक वेळ
भरल्या पोटी जातील—

संज्या : अगं, तू माझी स्तुती करतेस की निंदा?

छाया : पण समोरच्याचा प्रश्न आधी सोडवतील... त्यांनी आणि
आमच्या रघ्या भावजींनी अनेकांना अवयव मिळवून देऊन
जीवदान दिलंय... अर्थात आम्हाला त्यातून भरपूर दुवा
मिळतात... तुमची अमेरिका आणि दिल्लीतली पॅकेजेस् झक
मारतील असं आशीर्वादांचं उदंड उत्पन्न आहे आमचं.(संज्याला
फोन देते. संज्या बावचळून बघतो.)

छाया : बोल.

संज्या : मी काय बोलू?

छाया : अरे, आता माझ्याबद्दल मीच कशी बोलू?

संज्या : अच्छाऽ असं आहे होय! अरे, तुमच्या आईनं तऱ्हेतऱ्हेचे
पदार्थ खाऊ घालून हजारो लोकांना फक्त तृप्तच केलं असं
नाही, तर अनेक महिलांचे संसार उभे केलेत... होस्टेलच्या
कित्येक गरीब होतकरू मुलांना चविष्ट अन्नाचा मोफत

घास भरवणारी 'आई' झालीय ती...'चांगलं आणि सकस खाणं हा प्रत्येकाचा जन्मसिद्ध हक्क आहे,' असं मानते ती.. त्यामुळे आपलं नातवंड कितीही प्रिय असलं तरी त्यासाठी आयुष्यातलं अख्खं वर्ष घालवणं जमणार नाही रे तिला...

छाया : (पुन्हा फोन घेत) अगदी तू आयुष्यभर माझ्याशी एकही शब्द बोलला नाहीस तरीही... पद्याऽ अरे, आम्हालाही आमचा काही भविष्यकाळ असू शकत नाही का? त्यासाठी घराबाहेर पडणारं आमचं पाऊल आता तुमच्या या भावनिक आदळआपटीला नाही बळी पडणार...

संज्या : समजून घ्या रे. तिकडे अठराव्या वर्षानंतर तुम्ही मुलांना स्वतंत्र करता नं? मग इथे आम्ही साठीनंतरही स्वतंत्र व्हायचं नाही?

छाया : पाहिजे तर मी सगळा बाळंतविडा पाठवेन, बाळ बघायला चांगली महिनाभर येऊन राहीन. तुम्ही म्हणत असाल तर त्या दोघींनाही इथे पाठवा, त्यांचं साग्रसंगीत, आनंदात बाळंतपण करेन मी. बाळ आमच्या संगतीत छान वाढेल... पण माझं काम सोडून मला तिथे बोलवू नका... आमच्या डायरीला कमी लेखू नका... तुमच्यापेक्षा खूपखूप बिझी आहोत आम्ही... आणि मरेपर्यंत राहणारोत...

संज्या : (खळखळून हसत) अरे, इथे इतकी कामं पडलीयत की कमीत कमी एकशे पाच वर्षं जगावं लागेल मला आणि एकशे दहा वर्षं तुझ्या आईला...

छाया : तेव्हा कुणाल, तुला गुड डे! आणि पद्या, तुला गुडनाईट!

अंधार

अंक दुसरा

प्रवेश पाच

[संध्याकाळ. संज्या-छायाचं घर. आज भिशीची पार्टी सुरू आहे. सगळे मेंबर्स छान तयार होऊन घरात वावरताहेत. खाण्यापिण्याची व्यवस्था उत्साहाने केली जातेय. आता भिशीची चिठ्ठी काढली जाते. या वेळी भिशी श्री. कानविंदेंना लागलीय. सगळे जल्लोष करतात. ड्रिंक्स सर्व्ह होतात.]

सगळे : चिअर्स!

संज्या : च्यायला, हा कानविंद्या म्हणजे एकदम लकी आहे हं. साला पहिल्याच फटक्यात भिशी पटकावली.

छाया : हो नं. खरं तर या वेळी मी डोळे लावून होते भिशीवर.

संज्या : बरं झालं! नाही तर या वेळी आपल्यात भांडणं झाली असती. मी म्हणणार, माझ्या या प्रोजेक्टसाठी हवी; ही म्हणणार, माझ्या नव्या कामासाठी गरज आहे.

रघ्या : बरं का कानविंद्या, आपल्या या भिशीची अशी पद्धत आहे की प्रत्येकानं भिशी लागल्यावर ती कशासाठी वापरणार, हे सांगायचं.

डॉ. भागवत : किंवा आपल्यापेक्षा इतर कुणाला जास्त गरज असेल, तर तसं विचारायचं.

कानविंदे : सांगतो, सांगतो. परवा कोर्टाबाहेर असाच उभा होतो. दोन-तीन जणांना गाईड करून झालं होतं. म्हटलं, आता निघावं... तेवढ्यात एका रिक्षातून एक भोकाड पसरलेली मुलगी आणि तिचे अत्यंत साधारण स्थितीतले आजी-आजोबा उतरले...

रिक्षावाल्याला पैसे देण्याचंही भान नव्हतं त्यांना... जत्रेत हरवल्यासारखे कोर्टाच्या बिल्डिंगकडे आणि तिथे उभ्या असलेल्या वर्दळीकडे पाहत राहिले... आठ-नऊ वर्षांच्या त्या पोरीचे डोळे लाल, सुजलेले. जवळ जाऊन चौकशी केली तर कळलं, या मुलीच्या आईनं पंख्याला फास लावून आत्महत्या केली होती आणि आज या मुलीची एका बंद खोलीत, इन कॅमेरा साक्ष होणार होती... जिला आईचा मृत्यू झाला म्हणजे नेमकं काय झालं होतं हेच नीट कळलं नव्हतं, तिला एकटीला बंद खोलीत कुणाच्या तरी प्रश्नांना उत्तरं द्यायची होती... मी पाहिलं तर तिच्या अंगात ताप. तिची मानसिक तयारी झालेली नाही. थोड्या वेळानं त्यांचा वकील आला. मी ताबडतोब त्यांच्या वकिलाला पुढची तारीख घ्यायला सांगितली. तिला आणि तिच्या आजी-आजोबांना घेऊन छोट्या उडुपी हॉटेलात गेलो. त्यांना खाऊ-पिऊ घातलं. डॉ. भागवतांना विचारून त्यांच्या ओळखीच्या एका डॉक्टरकडे नेऊन तिचं चेकअप करून घेतलं. त्या तिघांनाही आमच्या घरी नेऊन जेवू घातलं. एकेक चौकशी करत माहिती काढून घेतली... हळूहळू ती माणसात आली.

सौ. कानविंदे	:	खूप गोड आहे मुलगी. मला तर वाटलं, तिला दत्तक घेऊन माझी मुलीची हौस भागवून घ्यावी.
श्री. कानविंदे	:	मी म्हणालो तिला की, आपण आता मूल दत्तक घेण्याच्या नाही... आजी-आजोबांच्या वयाचे आहोत. तिला तिच्याच घरी राहू दे. आपण तिचं दहावीपर्यंतचं सगळं शिक्षण करू.. या भिशीतून मी आधी तिच्या नावाची बँकेत FD करणारे... उद्या तिची साक्ष आहे. पोरगी तिथे मोकळेपणानं बोलेल याची आता मला खात्री आहे.
सौ. कानविंदे	:	तिच्या बापाकडून, 'मुलगी आमच्या ताब्यात द्या' यासाठी धमक्या सुरू आहेत. हे मी आपल्या इन्स्पेक्टरसाहेबांना सांगितलं.
इन्स्पेक्टर	:	म्हटलं, धाडा त्या तिघांना माझ्याकडे. साक्ष होईपर्यंत माझ्या

घरी राहतील. कोण माईचा लाल त्यांना हात लावतो ते बघू या!

श्री. कानविंदे : 'तुला आईबद्दल जे-जे वाटतंय ते तू लिही,' असं सांगितलं तर त्या पोरीनं— (ते गहिवरतात.)

सौ. कानविंदे : तिच्या मोडक्या-तोडक्या भाषेत जे काही लिहिलंय, ते अफाट आहे होऽ! शाळेत कुठेही अशुद्ध शब्द दिसला की खाली लाल रेघ मारायची सवय होती मला... पण शुद्ध भावना असली की अशुद्ध लेखनही किती साजिरं वाटतं ते पहिल्यांदा कळलं मला..!

संज्या : चिअर्स!

श्री. कानविंदे : काय हो, त्या पोरीच्या दुर्दैवी कहाणीला चिअर्स म्हणताय?

संज्या : चिअर्स तिच्या दुःखाला नाही, दुर्दैवालाही नाही; तिला तुम्ही भेटलात त्या क्षणाला आहे!

रघ्या : का? का? आणि पण दुःखाला का नाही चिअर्स करायचं? दुःखाला काही अर्थच नसता तर सुखाबरोबर त्याची का वर्णी लागली असती आपल्या जगण्यात? आयुष्यानं जे जे म्हणून दिलं ते ते स्वीकारावंच लागतं... त्या ए. आर. रहमानचे वडील तो नऊ वर्षांचा असतानाच वारले... वडिलांच्या वाद्यांची ने-आण करणारा हा मुलगाच पुढे मोठेपणी देशातला एक श्रेष्ठ संगीतकार झाला... त्याच्या कामानं त्याच्या दुःखाला केलेलं ते चिअर्सच आहे, नाही का? कोण जाणे, ही तुमची पोरगीही मोठेपणी काही तरी अद्भुत करून दाखवेल.

इन्स्पेक्टर : तिच्या उज्ज्वल भविष्यासाठी चिअर्स!

रघ्या : मी तरी दुसरं काय केलं? माझ्या बायकोच्या— (तो एकदम गहिवरतो.)

संज्या : रघ्याऽऽ- (त्याच्या पाठीवर हात ठेवतो.) लेका, डोळ्यांतून पाणी नको काढू... कसंतरीच होतं यार—

रघ्या : (स्वतःला सावरत) माझ्या बायकोच्या दुःखाला चिअर्सच

केलं. किडनी फेल झाली तिची. डोनरसाठी दारोदार फिरलो. 'जगातलं काहीही हवं असेल ते माग, आणून देईन' असं तिला म्हणालो होतो... लग्नाच्या आणाभाका घेताना... बिचारीनं आयुष्यभर काही मागितलंच नाही. आणि शेवटी तिच्या डोळ्यांतून तिनं मला 'जगणं' मागितलं आणि मी नाहीच देऊ शकलो—

छाया : पण तिच्या सगळ्या आठवणी जिवंत ठेवल्यात तुम्ही, रघ्याभावजी! अगदी 'सुनंदा' स्पेशल वडीची आमटी काय झकास करता!

रघ्या : पण यातून एक शिकलो. यापुढे काही चांगलं काम करण्यासाठी एखादी दुर्घटना घडण्याची वाट पाहायची नाही.

डॉ. भागवत : संज्या, तुमची पाचवीपासूनची दोस्ती आहे नं?

संज्या : हो. पुढे मंत्रालयात कामालाही बरोबर होतो. मी सामाजिक न्याय खात्यात उपसचिव—

रघ्या : आणि मी कक्षाधिकारी. सहसा एका खात्यातल्या लोकांची दोस्ती होत नाही.

संज्या : पण आमची झाली.

रघ्या : पण त्यासाठी काय काय सहन करावं लागलं मला—

[सगळे हसतात.]

सदावर्ते : बरं, मी खूप दिवसांपासून विचारू विचारू म्हणत होतो, पण राहूनच जातंय. संज्या आणि छाया हे जे तुम्ही आपलं सगळ्यांचं जुगाड जमवलंय... 'हॅपीनेस सेंटर' वगैरे — ही कल्पना मुळात तुम्हाला सुचली कशी?

इन्स्पेक्टर : मास्तर, गुड क्वेश्चन! माझ्या तर खोपडीतच हा प्रश्न कधी नाही आला.

संज्या : ओ मिस्टर सदावर्ते, तुम्ही तर होम मिनिस्टरच झालात. अरे, आपण इथे मजा करायला बसलोय आणि तुम्ही तर मुलाखतच सुरू केली आमची.

डॉ. भागवत : सांगा की, अहो चखणा खा; भाव काय खाताय?

संज्या	: (सांगायला सुरुवात करतो) फ्लॅश बॅक... आमच्या लग्नाची चवथी किंवा पाचवी ॲनिव्हर्सरी होती—
छाया	: पाचवी—
संज्या	: मी मंत्रालयातून थोडं लवकर निघून संध्याकाळी दादरला पोचलो. छाया तेव्हा एका प्रायव्हेट फर्ममध्ये पार्ट टाईम जॉब करत होती. तीही पोचली. आम्ही मस्त पाणीपुरी वगैरे चापली आणि शिवाजी मंदिरला कोणतं तरी नाटक बघू या म्हणून गेलो. तर तिकडे जयवंत दळवींच्या 'संध्याछाया' नाटकाचा बोर्ड. बोर्डवर वंदना गुप्ते, दिलीप प्रभावळकरांचा फोटो. वर मावळतीचा सूर्य वगैरे—
छाया	: मी तर संज्याला म्हणालेसुद्धा, जाऊ दे... आज काही सिरियस वगैरे बघायचा मूड नाहीए बाबा. त्यापेक्षा बादल बिजलीला 'आप की कसम' लागला होता, राजेश खन्नाचा. तो पाहू.
संज्या	: तर मी म्हणालो, चल गं, आता कुठे इकडे तिकडे हिंडवतेस? नाटक आवडलं नाही तर सटकायचं.
छाया	: आणि आम्ही नाटकाला बसलो. चौथ्या की पाचव्या 'रो'ची तिकिटं मिळाली. नाटक सुरू झालं आणि एखाद्या गवयाचा सूर थेट हृदयात शिरावा तसं दोन तास नाटकातल्या नाना-नानींच्या विश्वात हरवून गेलो.
संज्या	: घायाळ... घायाळऽ झालो रेऽ!
छाया	: खरं तर आमचं वय तेव्हा बिनधास्त जगण्याचं होतं. म्हातारपण नजीकच्या टप्प्यातही कुठे दिसत नव्हतं... तरीही कुणी तरी पुढ्यात एकदम भविष्याचं ताट आणून ठेवावं तसं झालं.
संज्या	: चौपाटीवर आम्ही दोघं किती तरी वेळ नि:शब्द फिरत होतो... हळूहळू नाटकाविषयी बोलता-बोलता आयुष्याविषयी कधी बोलायला लागलो, ते कळलंच नाही...
छाया	: आधी नाना-नानींविषयी मनात अपार करुणा दाटून आली. त्यांचा अमेरिकेत गेलेला मुलगा दिनू आणि लष्करात गेलेला मुलगा नंदू या दोघांविषयीही राग यायला लागला. का हे दोघे

या म्हाताऱ्यांना सोडून इतक्या दूर गेले? का त्या दिनूनं नाना-नानींना न कळवता तिथे अमेरिकेतच लग्न केलं?

संज्या : नाना-नानींचा एकाकीपणा न जाणो कधी आमच्या शरीराला अजगरासारखा विळखा घालून बसला—

छाया : नाटकाच्या शेवटी झोपेच्या गोळ्या घेऊन आत्महत्या करणाऱ्या त्या दोघांना स्टेजवर जाऊन थांबवावंसं वाटलं.

संज्या : तर दुसऱ्या दिवशी सकाळी दरवाज्यावर थापा मारणाऱ्या दिनूला, 'आता तू येऊन काही उपयोग नाही रे... उशीर झालाय,' असं ओरडून सांगावंसं वाटलं. हळूहळू आमच्या लक्षात आलं की, नाना-नानींची शोकांतिका केवळ त्यांच्या करुण अंतात नाही तर त्या आधी त्यांनी स्वीकारलेल्या जगण्याच्या मार्गात आहे.

छाया : का ते एवढं त्यांच्याच मुलांच्या विश्वात गुरफटले?

संज्या : का त्यांनी आपली मित्रमंडळी जमवली नाही? का त्यांनी मुलांशिवाय जीवन म्हणजे 'एकाकीपणा' असं मानलं? का मुलांकडून इतक्या अपेक्षा ठेवल्या?

छाया : आम्ही ठरवलं. नाही, लोक म्हातारपणासाठी पैशांची तजवीज करून ठेवतात... आपण माणसांची तजवीज करून ठेवू या... कारण पैसे हे तुम्हाला जगवू शकतात, पण सोबत नाही करू शकत. तो दिनू अमेरिकेहून त्यांच्यासाठी डॉलर्स पाठवायचा. पण नाना म्हणायचे, 'नको. काय करू त्याचं?' आम्ही ठरवलं. नाही अडकायचं फक्त आपल्याच मुलांमध्ये, त्यांनाही स्वच्छंद जगू द्यायचं आणि आपणही तसंच जगायचं...

संज्या : त्यासाठी आजन्म कार्यरत रहायचं...

छाया : म्हणूनच आम्ही ठरवलं — कुणाकडे आधार मागायचा नाही, आपणच इतरांचा आधार व्हायचं. आपण अडगळीतलं सामान व्हायचं नाही, तर उपयोगातलं चलनी नाणं बनायचं.

संज्या : अरे, आपले मेंदू म्हणजे भरलेली हार्डडिस्क आहे रे... त्या

अनुभव भांडाराचा उपयोग करून घ्या. खरं तर आपल्या ज्येष्ठांकडे देशाची 'राष्ट्रीय संपत्ती' म्हणून बघितलं पाहिजे!

छाया : माणूस गेल्यावर त्यांचे पुतळे आणि रस्त्याला नावं देण्यापेक्षा ते चालते-बोलते असतानाच एखाद्या चांगल्या कामाशी जोडा.

संज्या : आज आपण आर्टिफिशिअल इंटेलिजन्सच्या गप्पा मारतोय... ही कृत्रिम बुद्धिमत्ता उद्या सगळं निर्माण करेल हो, पण सारासार विवेकबुद्धी तिच्याकडे असेल का?

छाया : तर... हे असे आम्ही पोहोचलो या कल्पनेपर्यंत. त्या दिवशी खरं तर नाटकानंतर आम्हाला वर जाऊन त्या कलावंतांना भेटायची खूप इच्छा होती, पण प्रयोग संपल्यावर एका प्रेक्षकाला एकदम अॅटॅक आल्यासारखं झालं म्हणून त्याच्या मदतीला गेलो. बाजूच्याच 'रो'मध्ये कुणी तरी तरुण पोरगेलासा डॉक्टर होता म्हणून बरं झालं.

सौ. कानविंदे : एक मिनिट... एक मिनिट. आता मला राहवत नाहीए म्हणून विचारतेय. त्या दिवशी प्रयोगामध्ये पंधरा मिनिटं लाईट्‌सही गेले होते का?

छाया : हो, होऽ बरोबर! नाटकातल्या त्या शर्मिलाच्या फोनच्या वेळी—

सौ. कानविंदे : हे बघा — माझ्या हातावर काटा आलाय.

छाया : म्हणजे?

श्री. कानविंदे : अहो, त्याच प्रयोगाला आम्हीही बसलो होतो.

संज्या : काय बोलताय?

श्री. कानविंदे : आम्ही तिकिटं जपून ठेवलीत. तुम्हाला तारीख, वारही नंतर सांगू शकतो.

सौ. कानविंदे : हो, आम्हीही त्याच प्रयोगानं जखमी झालेले प्रेक्षक आहोत.

श्री. कानविंदे : याच नाटकामुळे आम्ही ठरवलं की — आपल्याला मुलं झाली की, त्यांना आधीपासूनच आपल्या मुठीत ठेवायचं. त्यांच्या आयुष्यात घडणारी प्रत्येक गोष्ट आपल्याला सांगायला लावायची. त्यांना आपल्या शिस्तीबाहेर जाऊ द्यायचं नाही.

सौ. कानविंदे	: कुठे परगावी गेलं तरी नियमित पत्र लिहायला लावायचं. म्हणून किशोरला परदेशी पाठवताना आम्ही त्याला आधी अशा जाचक अटी घालून... (ती गहिवरते.)
इन्स्पेक्टर	: एकच स्थळ, एकच नाटक, एकच प्रयोग. पण परिणाम टोटल अपोझिट! तुम्ही पोरांना फ्री सोडलंत, यांनी मुठीत कैद केलं. क्या बात है! चिअर्स!
डॉ. भागवत	: आता मी एक बॉम्ब टाकतो. त्या चक्कर आलेल्या प्रेक्षकाला ट्रीट करणारा तो तरुण पोरगेलासा डॉक्टर मी होतो!
इन्स्पेक्टर	: हे खोटं आहेऽऽ शक्य नाहीऽऽ
डॉ. भागवत	: का शक्य नाही? प्रोबॅबलिटी आहे. एकाच प्रयोगाला आलेले पाच प्रेक्षक आयुष्यात एकमेकांना पुन्हा भेटूच शकत नाहीत, असा काय नियम थोडीच आहे?
संज्या	: हे डॉक्टर आपल्याला शेंड्या लावतायत हं.
डॉ. भागवत	: (खळखळून हसत) गंमत केली. मी त्या प्रयोगाला वगैरे अजिबात नव्हतो. ऑफकोर्स, मी ते नाटक पाहिलंय. पण खूप उशिरा. मलाही नाटक आवडलं. पण मी त्याच्याकडे मॅटर ऑफ फॅक्ट म्हणून बघितलं. आजूबाजूला सगळे रडत होते, माझे डोळे कोरडेच होते. मला वाटलं, माझ्यावर या नाटकाचा काहीही परिणाम झालेला नाही. नाटक असं बाजूला सारून मी माझ्या कामाला लागलो. पुढे 'केईएम'मध्ये जॉईन झालो. माझ्याकडे येणाऱ्या पेशंट्सपैकी कुणीही सत्तरी पार केलेली असली की हळूहळू माझा सॉफ्ट कॉर्नर जागा व्हायला लागला. यातूनच कधी तरी 'तुम्ही सध्या काय करता?' हा प्रश्न म्हाताऱ्या कोताऱ्यांना मी विचारायला लागलो. माझ्या मुलांना आपल्याच देशात काम करण्याचं महत्त्व पटवून दिलं. मुलंही खूप गुणी निघाली. सध्या माझी मुलगी राधा, डॉ. नारळीकरांबरोबर काम करतेय आणि मुलगा डॉ. आमटेंच्या नव्या टीमबरोबर.
इन्स्पेक्टर	: व्वा!

डॉ. भागवत	: आत्ता या चौघांचं बोलणं ऐकताना माझ्या मनात क्षणभर विचार चमकून गेला... मुलांना मी आपल्याच देशात राहायला प्रवृत्त केलं खरं, पण त्यामागेही कुठे तरी ती आपल्याला सोडून तर जाणार नाहीत ना, अशी याच नाटकानं पेरलेली सुप्त भीती तर मनात नव्हती? म्हणजे माझ्या मनातून मी नाटकाला बाजूला सारूच शकलो नव्हतो. नाटक असं आपल्या बरोबर असतंही आणि नसतंही.
संज्या	: नाटक तेच असतं. आपल्याला ते वेगवेगळं दिसतं!
डॉ. भागवत	: त्याहीपेक्षा तुम्ही ते बघता कसं, हे महत्त्वाचं.
छाया	: खरंय. म्हणजे एखाद्या नाटकातल्या शेवटाचा जसाच्या तसा अर्थ घेणं अपेक्षित नसतं बहुधा.
संज्या	: हो, नसतंच. म्हणजे एकाकीपणावर रामबाण उपाय म्हणजे शेवटी सगळ्या म्हाताऱ्यांनी झोपेच्या गोळ्या घ्याव्यात, असा अर्थ अभिप्रेत नसतो लेखकाला... एखाद्या नाटकाच्या शेवटी बायको बॉसबरोबर एक रात्र घालवायला गेली म्हणजे सगळ्या नवऱ्यांनी प्रगतीसाठी आपल्या बायकांना बॉसकडे पाठवावं, असं नाटकातून म्हणायचं नसतं. किंवा, एखाद्या नाटकात 'आऊटलाईन'ला गेलेल्या मुलावर आई गोळ्या झाडते म्हणजे तोच एकमेव उपाय आहे, असंही सांगायचं नसतं नाटकातून. तर उलट, अशी वेळ येण्यापूर्वीच 'जागे व्हा!' असं म्हणायचं असतं!
छाया	: संधिकाळी प्रखर उजेड नसला म्हणून काय झालं... किंवा निजवणारा काळोख नसला तरी काय झालं... संधिप्रकाशाच्या अद्भुत रंगांचं साम्राज्य तर आपल्या वाट्याला आहे... त्याचा आनंद घ्या... असाही अर्थ काढू शकतो आपण त्या नाटकातून. [श्री. कानविंदेंचा फोन वाजतो. ते बघतात. तर किशोरचा आहे. ते आधी सवयीप्रमाणे घाईघाईत बायकोला द्यायला लागतात. सौ. कानविंदे त्यांच्याकडे सस्मित नुसतंच बघतात. श्री. कानविंदे आता शांतपणे फोन घेतात.]

श्री. कानविंदे	: हॅलो, बोल किशोर. कसा आहेस बाळा? काय... तू भारतात आलास. कधी? अरे, मग कळवलं नाहीस. गाडी पाठवली असती. ओके! म्हणजे तुम्ही दोघेही आलात? हो, सरप्राईज म्हणाला होतास. नको, तिकडे नको जाऊस. अरे, आम्ही इथे संज्या-छायाकडे आहोत. आमची भिशी होती नं. काय, मग इकडेच येतोस? अरे, पण तुला कन्व्हीनिअन्ट होईल का ते? बरं-बरं. ये-ये. (सगळ्यांना उद्देशून) तुमचीही भेट होईल म्हणतोय. हो, आईला सांगतो. अरे, आम्हालाही खूप क्युरिऑसिटी आहे. ये-ये. वाट बघतोय.
सौ. कानविंदे	: काय, तो इकडे येतोय?
कानविंदे	: हो, दोघेही येतायत. पार्टनरला घेऊनच येतो म्हणाला.
सौ. कानविंदे	: सगळंच किती थ्रिलिंग झालंय होऽ! मला तर कधी तिला बघू असं झालंय.
छाया	: (फोन वाजतो. ती बघते, तर पद्याचा फोन आहे.) आत्ता हे दिल्लीकर काय दिवे लावताहेत देव जाणे! बोल रे पद्या. हो, घरीच आहे. नाही, नाही. लष्कराच्या भाकऱ्या भाजायला कुठे दौऱ्यावर वगैरे नाही. का रे? काय? तू येतोयस? हो. पण मी तर बरी आहे. मग तरीही फ्लाईटचं तिकिट कॅन्सल केलं नाहीस, आम्हाला भेटायला येतोयस? सहज. सोबत वीणाही आहे? अरे, तिची कशाला या अवस्थेत दगदग? डॉक्टरची परवानगी घेतलीयस? अरे, पण... तिलाही मला भेटायचंय? ठणठणीत बघायचंय. (गहिवरते. संज्याला फोन देते.)
संज्या	: हं, बोल. आई जरा ते इमोशनल. बोल... तिकडे कुणालंनंही त्याचं तिकिट कॅन्सल नाही केलं. तोही येतोय मंथ एण्डला. लबाडांनो, नक्की तुम्हाला रिफंड मिळणार नसेल, म्हणून येताय नं... गंमत केली रे. मला माहितीए, तुम्ही खरंच आठवण आली म्हणून येताय... ओळखतो रे तुमचा आवाज. खोटाही आणि खराही. (तो फोन ठेवतो.) एकाला लाडोबा म्हणायचो, दुसऱ्याला गोडोबा. (तोही भावुक झालाय.)

डॉ. भागवत	: नो इमोशनल ड्रामा. डोळे पुसा. कानविंदे, निवृत्त न्यायमूर्ती तुम्ही... तुम्हीसुद्धा..? थांबा, तुमच्या इमोशनल ड्रामाला जरा ट्विस्ट देतो. किशोर कुणाला घेऊन येतोय म्हणाला? त्याच्या लाईफ पार्टनरला? राईट?
सौ. कानविंदे	: हो, हो.
डॉ. भागवत	: 'पार्टनर' या शब्दाला जेंडर नाही.
श्री. कानविंदे	: म्हणजे?
डॉ. भागवत	: नाही, नाहीऽऽ म्हणजे मी तुम्हाला काही घाबरवत वगैरे नाही. पण जस्ट एक पॉसिबिलिटी सांगून अलर्ट करतोय. म्हणजे तसं नसेलच, किंवा असेलच असं नाही. पण 'पार्टनर' 'तो' किंवा 'ती' कुणीही असू शकतं याची आपली एक तयारी असू द्यावी मनाची.
	[श्री. आणि सौ. कानविंदे दोघेही क्षणभर हबकतात.]
संज्या	: हा डॉक्टर म्हणजे एक नंबरचा हरामखोर आहे...!
छाया	: का हो त्यांना पिडताय उगाचच?
श्री. कानविंदे	: (स्वतःला सावरून) डॉक्टर आता या वेळी माझी विकेट पडायची नाही. लक्षात ठेवा, ते माझ्या मुलाचं लाईफ आहे. आणि त्याला ज्याच्याबरोबर जगण्याचा आनंद मिळेल त्याच्याबरोबर जगायला तो स्वतंत्र आहे. लेट इट बी 'ही' ऑर 'शी'— व्हेन वुई आर देअर... आय डोन्ट केअर...
	[सगळे टाळ्या वाजवतात. संज्या आनंदाने कानविंदेंची पाठ थोपटतो. या खेळीमेळीच्या वातावरणात छाया संज्याला गाणे म्हणायचा आग्रह करते. कानविंदेंचे 'व्हेन वुई आर देअर... आय डोन्ट केअर' हे शब्द घेऊनच संज्या उत्स्फुर्तपणे गाणे म्हणायला लागतो.]
संज्या	: व्हेन वुई आर देअर आय डोंट केअर...

सरल्या दिवसांची मस्ती
उरल्या दिवसांशी दोस्ती

नाही महाग, अगदी सस्ती
निवृत्तीची झाडून सुस्ती
आपण सारे हॅपी रेअर...

पिकले केस तरी ऋतू हिरवा
मनमौजी हा घुमे पारवा
दरवळताना फुले मारवा
सोहम् सोहम् बोले कारवा...

मनात वाहे खळखळ पाणी
ओठांवरती मंजूळ गाणी
ओलांडू मग आणिबाणी
थोडी अवखळ, थोडी सयानी
नाही रिटायर, नथिंग टायर्ड...

व्हेन वुई आर देअर
आय डोंट केअर...

[हे गाणे म्हणत म्हणत संज्या आणि छाया सगळ्यांना एकत्र
आणतात. फेर धरत असतानाच पडदा पडतो.]

दिग्दर्शकाच्या नजरेतून...

चंद्रकांत कुलकर्णी

तोंडातून अस्फुट संवाद पुटपुटत प्रशांत जेव्हा मग्न होऊन भराभर लिहिताना दिसतो... तेव्हा लक्षात येतं की, ज्या संकल्पनेचा विचार नाटकाच्या दृश्यरूपात तो इतके दिवस करत होता, त्यासाठी काही वाचन करत होता, नोंदी करत होता ते 'नाटक' त्याच्या डोक्यात आता मार्गी लागलंय. अशा वेळी त्याचा मेंदू लिहिण्याची लय आणि विचारांची गती यांचा मेळ जमवण्यासाठी लढत असतो!

खरंतर दिग्दर्शकाच्या हातात बहुधा लिखित संहिता येते पण नाट्यबीजापासून संपूर्ण नाटक लिहिण्यापर्यंतच्या या प्रसववेदनांचा साक्षीदार होण्याची संधी मला प्रशांत दळवी या नाटककारानं नेहमीच दिलीय. कारण 'जिगीषा' नाट्यसंस्थेमुळे चाळीस वर्षांचा लेखक-दिग्दर्शक म्हणून सहप्रवास झाला आमचा! आत्तापर्यंत त्यानं लिहिलेल्या प्रत्येक नाटकाचं दिग्दर्शन मला करायला मिळालंय. पण या लेखन प्रक्रियेत मी फक्त प्रेक्षक असतो. फक्त दुरून बघत असतो, त्याला असं लिहिण्यात गुंग झालेलं न्याहाळत असतो... एखादा संपूर्ण प्रवेश पूर्ण झाला तर प्रतिक्रियेसाठी कधीतरी तो वाचून दाखवतो... कधीकधी नाहीही. या वेळी तर चक्क दोन-तीन दिवसांतच तो म्हणाला, "वाचू का? एक प्रवेश पूर्ण झालाय!" मी अवाक् झालो. अशा लयगतीत नाटककाराचा प्रवेश जेव्हा लिहून होतो याचाच अर्थ ते नाटक लिहिण्याचा त्याचा 'हेतू' स्वच्छ, स्पष्ट असतो, त्यातल्या आशयाबाबत तो ठाम असतो आणि लिहिण्याआधीच नाटकाच्या रचनेवरची, आकृतिबंधावरची पकड त्याच्या डोक्यातच पक्की रुजलेली असते.

...आणि मी तो प्रवेश प्रशांतच्या तोंडून ऐकला! नाटकाचं नाव 'संज्या छाया!' 'संज्या छाया?' 'संध्याछाया'सारखंच... पण मग का? मात्र नंतर नाटक ऐकता ऐकता हा प्रश्न गळून पडला... नाटकातला तो 'संज्या' आणि ती 'छाया' जणू प्रशांत स्वत:च बनला होता आणि दोन धमाल व्यक्तिरेखा

आणि या 'संज्या छाया'चा जनक असलेला लेखक प्रशांत यांची अफलातून जुगलबंदी ऐकायला मिळत होती, एक वेगळंच चैतन्य, त्या कल्पनेतलं नावीन्य प्रशांतनं 'संज्या छाया'च्या जगण्यात, त्यांच्या दैनंदिनीत, विचारात ठासून भरलं होतं आणि आता ते दोघे प्रशांतचं बोट सोडून चक्क रंगमंचावर वावरताना मला दिसायला लागले होते...

प्रशांतच्या सगळ्या नाटकांतली प्रमुख पात्रं काहीतरी भन्नाट नावीन्यानं जगत असतात. ते त्यांचं जगणं भवतालाच्या प्रतिक्रियेतून जन्माला आलेलं असतं! नव्हे, ती आजूबाजूला घडणाऱ्या गोष्टींची थेट प्रतिक्रियाच असते. पण ती फक्त तेवढ्यापुरतीच असलेली, तात्कालिक प्रतिक्रिया नसते कधीच तर बाहेर घडणाऱ्या गोष्टींना तो थेट प्रश्न विचारत असतो... बाहेर चाकोरीबद्ध जगणाऱ्यांना त्यांचं नीरस जगणं पात्रांद्वारे दाखवून देऊन त्यांना खडबडून जागं करत असतो... रंगमंचावरच्या त्या-त्या नाटकातली दृश्यं म्हणजे प्रशांतनं आपल्यासमोर धरलेला जणू आरसाच असतो... आपलंच प्रतिबिंब जरा जास्तच ठळक दिसणारा... आरसा! मग रंगमंचावरची ती पात्रं, पात्रं उरत नाहीत तर ती हळूच तुमच्या शरीरात, मनात घुसतात आणि तुम्हाला अस्वस्थ करून सोडतात. तुम्हालाच प्रश्न विचारू लागतात... 'असं वागतो आपण? असा विचार करतो, इतकं टोकाचं वागतो? इतकं सरधोपट? इतकं सरळसोट? आणि मग तो त्याला अपेक्षित असणाऱ्या उत्तरापर्यंत नाटक बघणाऱ्याला घेऊन जातो. मग ती 'ध्यानीमनी'मधली शालू असो की 'चाहूल'मधले मकरंद-माधवी असोत की 'सेलिब्रेशन' मधली मालती...

प्रशांतला 'नाटक' सुचण्याची प्रक्रिया माझ्यासाठी नेहमीच कुतूहलाची राहिलीय. प्रत्येक नाटकाची जन्मकथा जरी वेगळीच असली तरी त्यामागे प्रशांतचं असलेलं निरीक्षण, त्याची विचार करण्याची अजब कल्पनाशक्ती हे प्रत्येक वेळी आश्चर्यचकित करते! नाटकाचा विषय सुचताना त्याच्यातला 'नाटककार' टक्क जागा असतो... सुचणाऱ्या नाट्यबीजाचं एका नव्या नाटकाच्या झाडात रूपांतर होत असताना त्याच्यातला 'कथाकार' कार्यरत होतो, पात्रांच्या-भूमिकांच्या मनात शिरताना त्याच्यातला मानसशास्त्राचा 'अभ्यासक' जागा होतो. विषयाची मांडणी आणि विस्तार करताना त्याला वारशातच मिळालेला 'सामाजिक आशय' आपसूक प्रतलावर येतो... मात्र दर वेळी त्याच्या नाटकाचा 'आकृतीबंध' पूर्णतः वेगळाच असतो. जो रसरशीत भूमिकांना जन्म देतो, सादरीकरणासाठी

नटांना भरपूर रसद पुरवतो पण अभिनयाच्या शैलीसाठी दर वेळी तो नटांसमोर नवं आव्हानही निर्माण करतो. दिग्दर्शकाला 'यावेळी आता नवीन काय करशील?' असा थेट प्रश्नच त्याचं नाटक विचारत असतं आणि नेपथ्य-प्रकाश, संगीतासाठीच्या जागाही तो सहजपणे सुचवतच असतो, तेही त्या नाटकाच्या संवादांतूनच! त्याला रंगमंचाच्या अवकाशाची खूप वेगळी समज आहे. कारण तो एक 'रंगकर्मी नाटककार' आहे! हा मुद्दा थोडा विस्तारानं मांडतो – एखादा पत्रकार, प्राध्यापक, अभ्यासक, साहित्यिक असं कुणी जेव्हा एखादं 'नाटक' लिहितो तेव्हा ते रंगमंचीय भाषेपेक्षा आशयाच्या प्रवाहानं लिहीत असतो. पण नाटककार जेव्हा स्वत: 'नट' असतो, कोणत्याही संस्थेत 'नाटक' उभं राहण्याची संपूर्ण प्रक्रिया जवळून पाहिलेला, अनुभवलेला रंगकर्मी असतो, तेव्हा त्याचं नाटक वाचतानाच ते वाचकाला दिसायला लागतं. त्याला कारण असतं त्या नाटककारावर झालेले नाट्यसंस्कार! नाटकाच्या पहिल्या वाचनापासून ते कच्च्या तालमी, नेपथ्यकारानं दिलेलं डिझाईन, प्रकाशयोजनेनं भरलेले रंग, संगीतानं दिलेला स्वर हे सगळं सगळं त्या नाटकाच्या प्रक्रियेत मिसळत गेलेलं त्यानं यापूर्वीच अनुभवलेलं असतं. विजय तेंडुलकर, सतीश आळेकर, रत्नाकर मतकरी, शफाअत खान, प्रशांत दळवी, अजित दळवी यांच्या नाटकांतून असं हे वेगळेपण तुम्हाला स्पष्टपणानं जाणवतंच.

'संज्या छाया' नाटक लिहितानाचा प्रशांत एकदम वेगळा होता... कारण 'संध्याछाया' हे जयवंत दळवींचं नाटक वाचून त्याला एक नवा आकृतीबंध सुचला होता. ते त्या पात्रांचं 'एक्सटेंशन' नव्हतं किंवा त्या नाटकातल्या आशयावरचं भाष्य नव्हतं तर त्या त्या काळाचं भान आणि जाण ठेवून नाटककार नाटक रचित असतो हे प्रकर्षानं जाणवून, त्या वेळच्या नाटकातल्या प्रश्नाकडे, नात्यांकडे, पेचांकडे आज बदलत्या परिप्रेक्ष्यात काय काय होऊ शकतं? याच्या विचारमंथनातून प्रशांतनं या वेळी ही नाट्यरचना आकाराला आणली होती... 'संज्या छाया!'

'संध्याछाया भिवविती हृदया...' असे व्याकूळ झालेले जुन्या नाटकातले नाना-नानी आणि आयुर्मान वाढलेल्या आजच्या काळातले संज्या आणि छाया या दोन जोडप्यांकडे तो खुल्या नजरेनं पाहत होता. एकदा दृष्टिकोनच बदलला तर मग नाटकाची शैलीही बदलतेच आणि सुचलेल्या या नव्या कल्पनेच्या आवेगात मग प्रशांतनं एक स्वतंत्र नाटक लिहून समोर ठेवलं, जे अत्यंत

आजच्या काळाचं होतं, जे आपल्यापैकी प्रत्येकाला घरीदारी दिसत होतं, जाणवत होतं ते ते सगळं त्या नाट्यावकाशात त्यानं दाखवलं होतं. पन्नास वर्षांपूर्वीचं 'संध्याछाया' नाटक ही त्या काळी गाजलेली 'शोकांतिका' ठरली तर या काळात नव्यानं लिहिलं गेलेलं हे नाटक मात्र 'सुखात्मिके'चं रूप घेऊन आलं हे आणखी एक वैशिष्ट्य!

"आता या वयात...?"

"आता काय? थोडंच राहिलं..."

"आमच्या काळात..."

...या चालींवरची सगळी जुनी गाणी एकाच फटक्यात नाकारून प्रशांतनं जगण्याचं एक नवं आनंदी गाणंच जणू या नाटकाच्या रूपानं लिहिलं. आपणच अवघड करून ठेवायचं ठरवलं तर खूप अशक्यप्राय वाटणारं जगण्याचं गणितच त्यानं 'जर असं केलं तर?' एवढं सोपं अर्थपूर्ण जगणं! खरंच की..! असं वाटायला लावणारं एक आयुष्यच त्यानं रंगमंचाच्या अवकाशात सगळ्यांना दाखवलं! कुटुंबसंस्थेच्या टिपिकल रगाड्यात आणि नातेसंबंधांच्या अपेक्षा-अपेक्षाभंगाच्या गर्दीत हरवलेल्या ज्येष्ठांचं जगणं खरंतर किती मोकळंढाकळं, आनंदाचं, सामूहिक जगण्याचं ठरू शकतं हे दाखवताना त्यानं एक वेगळंच संज्या आणि छाया यांचं घर रंगमंचावर उभं केलं. खरंतर या पुढच्या काळात अशाच आगळ्यावेगळ्या घरांच्या वसाहती निर्माण करायला हव्यात असं हे नाटक पाहून वाटल्याशिवाय राहत नाही.

'तुम्ही सध्या काय करता?' असा म्हटलं तर सोपाच पण तुम्हाला विचार करायला भाग पाडणारा थेट प्रश्न विचारून प्रशांतनं आयुष्याच्या एका विश्रांतीच्या टप्प्यावरच्या पिढीला पुन्हा एकदा 'ॲक्टिव्ह' केलं... त्यांच्या जगण्याला नवा उद्देशच दिला... समवयस्क, समविचारी, समदु:खी असणाऱ्या या ज्येष्ठ मित्रांना एकत्र आणून त्यानं या नाटकात जगण्याची वेगळीच धमाल दाखवून दिली.

'संज्या छाया'च्या मांडणीत आमच्या 'जिगीषा'संस्थेच्या रचनेतला एक छुपा भागही दडलाय असं मला नेहमी वाटतं. तो म्हणजे आम्हा मित्रमैत्रिणींना तीस-पस्तीस वर्षं जोडून ठेवणारा प्रशांत हा स्वत:च एक मोठा दुवा आहे, जो 'जिगीषा'ला एक 'विस्तारित कुटुंब'च म्हणतो. रक्ताच्या नात्यापलीकडचं घनिष्ट असं काहीतरी..! म्हणूनच 'संज्या छाया'त तो 'हॅपीनेस सेंटर' नावाचं एक

सुंदर विस्तारित कुटुंब निर्माण करतो, त्यातल्या सभासदांना तो विधायक कार्याला जोडून घेतो. रूढार्थानं निवृत्तीच्या वयातल्या या सर्वांना अत्यंत सुंदर दैनंदिनी देऊ करतो, त्यांना मौजमजा करायला लावतो आणि जगण्याचं खूप मोठं समाधान देतो.

आज आजूबाजूला होणाऱ्या टिपिकल कौटुंबिक संघर्षांकडे, नात्यांमधल्या ताणतणावांकडे तो बारकाईनं पाहतो आणि त्यावर खेळकर पद्धतीनं टिप्पणी करतो. हे सगळं करत असताना एक लेखक म्हणून त्याची सामाजिक बांधिलकी, सामाजिक आशयाचं अस्तर तो विसरत नाही म्हणूनच, "...अहो, जेव्हापासून मोर्चाकरता ट्रक भरून कार्यकर्ते विकत मिळू लागले तेव्हापासूनच संपलं नाही का सगळं?" असा मार्मिक पण औपरोधिक संवादही तो लिहून जातो!

'संज्या छाया' नाटकात त्यानं; जगावं कसं, याबरोबरच नाटक किंवा एखादी कलाकृती पहावी कशी, याचंही भान सहजतेनं दिलंय. पार्टीच्या गप्पा, विनोदांमधून एकच नाटक पाहिलेल्यांचे तीन दृष्टिकोन आणि त्यांची जगण्याकडे पाहण्याची दृष्टी यावर त्यानं उत्कृष्ट भाष्य केलंय... या संवादातून त्यानं 'एक हत्ती आणि सात आंधळ्यांचं' तत्त्वज्ञान फार खुबीनं या नाटकात मिसळलंय..!

या नाटकाच्या तालमीत शिरण्यापूर्वी मी 'संज्या छाया' अनेकदा वाचलं. नेपथ्याच्या अंगानं, हालचाली आणि आकृतिबंधाच्या ढंगानं... प्रशांतनं लिहिलेल्या संवादाची 'लय' तर मला आता अवगत आहेच पण दर वेळी त्याच्या संवादांची शैली थोडी थोडी वेगळीच असते. या वेळी नाटकात संज्या आणि छाया ही प्रोटोगॉनिस्टची जोडी होती तर त्यांच्यासमोर 'अँटागॉनिस्ट' म्हणून 'आर्ग्युमेंट'साठी त्यानं उभी केली होती निवृत्त न्यायाधीश कानविंदे आणि त्यांची निवृत्त मुख्याध्यापक पत्नी सुधा ही जोडी! गंमत म्हणजे इतर सर्व पात्रं नाटक सुरू होतं त्या बिंदूपासून 'संज्या छाया'च्याच विचारसरणी, आचारसरणीचे सहप्रवासी होते तर सुरुवातीला त्याला विरोध करणारं कानविंदे हे जोडपं नंतर मात्र हळूहळू त्यांच्यात सामील होणार होतं. ज्या वेळी जे पात्रं बोलत असतं तेव्हा त्याचंच म्हणणं शंभर टक्के खरं आहे हे वाटायला प्रशांत भाग पाडतो. या वेळी त्याची संवादांची शैली तिरकस, मार्मिक, उपहासाची होती. मिस्कील संवादातून एकमेकांची खिल्ली उडवत ती पात्रं आपल्याच विसंगत जगण्यातला निरर्थकपणा जाणवून देत होती. त्यांच्या संवादातल्या प्रवाहीपणाला नटांना आपल्या मनच्या संवादांची शेपूट लावायला प्रशांत अवसरच देत नाही. लिहिलेले संवाद नीट

म्हटले तरी आशय प्रक्षेपित होण्याची ताकद त्याच्या लिखाणात असते. आणि 'स्पीच'वर काम करायला तर मला आवडतंच आणि या वेळी तर मला अभिनेत्यांची अष्टपैलू जोडी निर्मिती सावंत, वैभव मांगले आणि उत्तम समज आणि शिस्त असलेले इतर सात जण अशी गुणी टीम मिळाली होती. रायाला (सुनील अभ्यंकर) तर मुद्दाम पुण्याहून बोलावलं होतं. योगिनी, अभय, साटमकाका यांच्याबरोबर या आधीही काम केलेलं होतं त्यामुळे एक 'कंफर्ट झोन' होताच.

या वेळी आणखी एक मोठा बदल होता तो म्हणजे टेलिफोनिक संभाषणाचा. संपूर्ण नाटकात तो कधी एकतर्फी, कधी दुहेरी तर कधी व्हिडिओ कॉलमधून होत होता. यामुळे नाटकाच्या अखंड अनुभवात खंड न पडता आजकाल आपला एक अवयवच बनलेला 'टेलिफोन' हेही या नाटकात एक मुख्य पात्र आणि मुख्य साधन बनलं होतं. ते खूप समंजसपणे हाताळावं लागणार होतं. एकेका टेलिफोनिक टॉकचा मी बारकाईनं अभ्यास केला. कधी तो एकतर्फी असायचा (One Sided Talk) तर कधी पलीकडून आवाज ऐकू यावा, कधी ते प्रत्यक्ष पात्रंही दिसावं अशी अपेक्षा होती. नेपथ्याच्या भिंतीचंच फोन स्क्रीनमध्ये रूपांतर करण्याची कल्पना मी प्रदीप मुळ्येंशी चर्चा करून ठरवली खरी पण त्यात पुन्हा एक मुलगा दिल्लीला आणि एक अमेरिकेला यांचा व्हिडिओ कॉन्फरन्स कॉल हे मोठं त्रांगडं होतं. शिवाय भारतातली आणि परदेशातली वेळ इत्यादी, इत्यादी. त्यासाठी हे फोनकॉल्स आधीच शुटिंग करून प्रोजेक्टरद्वारा ते भिंतीवर प्रक्षेपित करायचे होते. त्याचं टायमिंग, ऑपरेटिंग आणि प्रत्येक प्रयोगाला रंगमंचावरून त्याचं तांत्रिक भान आणि वेळेचं गणित साधण्याचं कसब हाही एक वेगळ्या तालमीचा भाग बनला. 'टेक्निकली साऊंड असलेला, ध्वनिसंयोजन करणारा माझा तरुण सहकारी विशाल नाटेकर, कॅमेरामन सार्थ पद्माकर, 'भाडिपा'ची गँग (सारंग, पॉला), दिल्लीचा मुलगा आणि सून म्हणून अभिनय, पूर्वा यांची मदत मी घेतली. हे सगळं रचताना फक्त मला ते 'व्हिज्युअल' दिसत होतं पण नटांना, तंत्रज्ञांना समजावून सांगताना मात्र थोडी चिडचिड झाली पण अंतिमत: प्रत्यक्ष प्रयोगात त्याचा आलेला प्रचंड 'इम्पॅक्ट' दिग्दर्शक म्हणून समाधान देऊन गेला. यातूनच मग तालमींमध्ये निर्मिती (छाया) दोन्ही मुलांशी व्हिडिओ कॉलवर बोलते. दोन्ही मुलं समोर स्क्रीनवर दिसताहेत आणि या सगळ्याचा खोलवर परिणाम झालेला वैभव (संज्या) मात्र

आपल्याच घराच्या पॅसेजमध्ये एकटाच उदास उभा राहिलाय ही एक सुंदर रंगमंचीय चौकट, फ्रेम निर्माण करताना आणखी एक वेगळंच 'कंपोझिशन' तयार झालं. संगीतकार मित्र मिलिंद जोशी आणि इतर खूप जणांनी त्याचा जेव्हा आवर्जून उल्लेख केला तेव्हा मनातून बरं वाटलं.

अशीच एक छोटीशी अर्थपूर्ण गंमत रंगीत तालमीत अनुभवता आली. एका फोनवरील संभाषणात संज्या आणि छाया मुलांचा खोटा प्रेमळ आग्रह बघून, त्यातला स्वार्थीपणा जाणवून उदास होतात. छाया तो फोन मुद्दामच कट करते... एक छोटीशी गंभीर शांतता पसरते आणि मग ते दोघे खूपच अर्थपूर्ण संवाद बोलतात असं आहे. दीनानाथच्या रंगीत तालमीत त्याच शांततेत समोरच्या रेल्वे स्टेशनवरची फास्ट लोकल धडधडत गेली आणि तो ध्वनी ऐकून माझे कान आणि डोळे एकदम चमकले! हा अचानक घडलेला अपघाती क्षण मग मी पार्श्वसंगीतात जाणीवपूर्वक वापरला आणि एक वेगळंच क्रिएटिव्ह समाधान मिळालं. अशा छोट्या छोट्या उत्स्फूर्त, जिवंत क्षणांनी तर उभं राहतं नाटक आणि म्हणूनच हा 'लाईव्ह परफॉर्मन्स' आपल्याला जखडून ठेवतो, न विसरणारा अनुभव देतो.

थँक यू प्रशांत! हे तुझं दहावं नाटक मला दिग्दर्शित करायला मिळालं. कधी सुरू करूया अकराव्याची तयारी? तू सांग... मी विंगेत रेडी उभा आहे मित्रा!

१४ नोव्हेंबर २०२२
मुंबई

काळाच्या कोंडीवरचा हसता-खेळता उतारा
रवींद्र पाथरे

सत्तरच्या दशकात भारतातून शिक्षण आणि त्या पश्चात नोकरीसाठी लंडन आणि अमेरिकेत स्थलांतरणाची एक लाटच आली. देशातील कुचंबलेल्या अर्थव्यवस्थेने बुद्धिमान, कष्टाळू आणि महत्त्वाकांक्षी तरुण-तरुणी आपल्या स्वप्नांच्या शोधात देशांतर करू लागले. त्यांच्या पालकांचाही याला पाठिंबाच होता. परंतु शिक्षण पूर्ण झाल्यावर, आर्थिक सुबत्ता आल्यावर आपली मुलं आपल्या घरट्यात परततील अशी त्यांना अपेक्षा होती. मात्र उच्च शिक्षणानंतर त्यांचं चीज करणाऱ्या संधी आपल्या देशात नाहीत याची जाणीव झालेली तरुणाई मग तिथंच स्थिरावली. जीवनशैली आणि सुबत्तेच्या मोहाने त्यांचे परतीचे मार्ग खंडित केले. इकडे आई-वडिलांवर डॉलर्सची उधळण करून, प्रसंगी त्यांना आपल्याकडे बोलावून त्यांनाही या सुबत्तेत सामील करून घेऊन त्यांचे आपल्यावरील ऋण फेडण्याची प्रामाणिक इच्छाही त्यांना होतीच. पण उतारवयात एका जागी खोलवर रुतलेली मुळे उखडून नव्या जागी ती रुजविण्याचा हा खटाटोप व्यर्थ होता. नवा देश, वेगळी संस्कृती, वेगळी मानसिकता, वेगळी माणसं असलेल्या त्या देशांत ही जुनी मुळं रुजणं अवघडच होतं. त्यामुळे मग दोन-तीन वर्षांनी कधी कधी भारतात येणाऱ्या मुला-नातवंडांची वाट पाहत उर्वरित आयुष्य कंठणं त्यांच्या नशिबी आलं. आजवर ज्या संस्कारांत, मानसिकतेत ते लहानाचे मोठे झाले होते त्या निवृत्तिपश्चात मुलं-सुना-नातवंडांचं गोकुळ अवतीभोवती असेल असं त्यांनी गृहीत धरलं होतं. पण त्याऐवजी हे एकाकीपण त्यांच्या वाट्याला आलं; जे पचवणं त्यांच्यासाठी फार फार अवघड होतं. त्यातून जे प्रश्न उभे राहिले त्यावर नाटककार जयवंत दळवींनी 'संध्याछाया' हे शोकान्त नाटक लिहिलं. ८०च्या दशकात ते रंगभूमीवर आलं. काळ पुढे सरकत राहिला. ९१ सालच्या जागतिकीकरणाने खासगीकरण, उदारीकरणाचे वारे भारतात निर्बंध उठवून आत घेण्यात आले. त्याने तर अक्राळविक्राळ घुसळण झाली. एकीकडे जागतिकीकरणाने सुबत्ता आणली, दुसरीकडे मूल्यांचा ऱ्हास,

सांस्कृतिक सपाटीकरण, व्यक्तिवादाचे स्तोम, करुणेचा स्पर्श नसलेली नृशंस व्यावहारिकता यांनी आपलं जीवन व्यापून टाकलं. सत्तरच्या दशकातला नात्यांतला ओलावा पुरता सुकून गेला. 'मी, माझं, मला' यापलीकडे माणसं विचार करीनाशी झाली. विज्ञान-तंत्रज्ञानाने आपला कब्जा घेतला. पूर्वीसारखं पत्रं, दोन-तीन वर्षांनी होणाऱ्या आप्तांच्या गाठीभेटी यांचं अप्रूप उरलं नाही. आली आठवण की लावा व्हिडीओ कॉल आणि बोला मनसोक्त... आमनेसामने! त्यामुळे 'एम्प्टी नेस्ट सिंड्रोम'चा काच कमी झाला असला तरी व्यक्तिवाद आणि व्यावहारिकतेचा अतिरेक यांनी दुरावलेल्या बंधांमुळे नाती विसविशीत झाली. त्यातून मग आई-वडिलांचे अंत्यसंस्कारांचे 'लाइव्ह' प्रक्षेपण करून दूरदेशी मुलांना दाखविण्याचे तंत्रज्ञान विकसित झाले. स्वीकारले गेले. आता आई-वडिलांची आठवण होते ती फक्त पत्नीचं बाळंतपण काढण्यासाठीच! माणसांचं माणूसपणच नष्ट करणारी ही प्रगती रोखणं कुणाच्याही हातात नाही. त्यातूनच जन्म घेतला आहे नाटककार प्रशांत दळवी लिखित आणि चंद्रकांत कुलकर्णी दिग्दर्शित 'संज्या छाया' या नाटकानं! 'जीगिषा – अष्टविनायक' संस्थेची ही निर्मिती!

गोष्टी या थराला आल्यावर त्यातून काहीतरी मार्ग काढणं क्रमप्राप्तच... 'संज्या छाया' हे नाटक हा मार्ग दाखवतं. 'विस्तारित कुटुंब' (एक्स्टेंडेड फॅमिली) हाही काहींनी त्यावर काढलेला एक मार्ग! खरं तर दूरदेशीची मुलं आणि त्यांचे एकाकी आयुष्य कंठणारे आई-बाबा ही आता सर्वसामान्य गोष्ट झाली आहे. ती स्वीकारण्यावाचून गत्यंतर नाही. मग यावर उपाय काय? तर स्वतःला आपल्या आवडीच्या कामात, छंदात गुंतवून घेणं. त्यातही निवृत्तिपश्चातचं आयुष्य अभावग्रस्तांच्या, रंजल्यागांजल्यांच्या जीवनात चार सुखाचे क्षण निर्माण करण्यासाठी कारणी लावले तर? तर त्यांच्याइतकं परमसुखाचं, कृतार्थ समाधानाचं दुसरं आनंदनिधान नसेल! याचा अर्थ मुलांमध्ये गुंतायचंच नाही, त्यांच्यावर मायेची पाखर घालायचीच नाही असा नाही. पण त्यांच्यात इतकंही गुंतून राहू नये, की जेणेकरून आपलं आयुष्य नरकवत बनेल. 'संज्या छाया' मधले संज्या हे पात्र मंत्रालयातील निवृत्त उपसचिव आहे. तर त्यांची पत्नी छाया ही महिला बचत गटाच्या साहाय्याने जेवणाचे डबे बनवून देण्याचा उपक्रम राबवते. त्यांचा 'हॅपीनेस सेंटर' नावाचा ग्रुप आहे. त्यात निरनिराळ्या.

क्षेत्रांतील निवृत्त मंडळी आहेत; जी सर्वसामान्यांची मंत्रालय, सरकारी खाती, पोलीस, न्यायालयीन कज्जे, आरोग्यसेवा वगैरे क्षेत्रांतील गरजू, गरीब नाडलेल्यांना मदतीचा हात देतात. त्यांच्या समस्या सोडविण्यासाठी मदत करतात. आपल्या उर्वरित आयुष्याचा हेतू त्यांना सापडला आहे. मुलंबाळं, त्यांच्या समस्या यांत स्वत:ची फरफट करवून घेण्यापेक्षा आपल्याला समाधान देईल, मन आनंदानं गुंतून राहील अशा कामांत ही मंडळी बिझी आहेत. पण याचा अर्थ त्यांना व्यक्तिगत समस्या नाहीएत का? तर आहेत! त्या ते कशा हाताळतात, हे या नाटकातच पाहणं इष्ट!

नाटककार प्रशांत दळवी आणि सामाजिक प्रश्न यांचं अतूट नातं आहे. आजवरच्या त्यांच्या 'चारचौघी', 'ध्यानीमनी', 'चाहूल', 'सेलिब्रेशन', 'गेट वेल सून' यांसारख्या नाटकांतून त्यांनी समाजातील कळीच्या मुद्द्यांना हात घातलेला आहे. 'संज्या छाया' हे नाटक जरी शीर्षकातून काहीतरी वेगळं निर्देश करत असलं तरी त्यातला आशयही गंभीर सामाजिक प्रश्न मांडणाराच आहे. फक्त या वेळी त्यांनी त्याची मांडणी हसत्या खेळत्या स्वरूपात केली आहे; जी त्यांच्या पिंडप्रकृतीशी काहीशी फटकून असल्याचं कुणाला वाटू शकतं. मात्र, त्यांचं हे वेगळं रूपही त्यांच्या धक्कातंत्री सादरीकरणाशी मेळ खाणारंच आहे. एक वेगळे प्रशांत दळवी या नाटकात समोर येतात. समस्या तीच.. 'संध्याछाया' मधली; पण दळवींनी तिला कसं सामोरं जायचं त्याचा मार्ग सांगितला आहे. त्यांची नाटकं सहसा कुठल्याही प्रश्नाचं 'सोल्युशन' देण्याच्या भानगडीत पडत नाहीत; ते विचारप्रवृत्त करतात, आणि प्रत्येकाने आपापल्या परीने त्यास सामोरं जावं असं सुचवतात. इथं मात्र त्यांनी 'सोल्युशन' दिलं आहे. व्यक्तिगत आणि सार्वजनिकचा लोभस गुंता त्यांनी 'संज्या छाया' मध्ये आकारला आहे. तोही हसत – खेळत. त्यामुळे प्रेक्षक त्यात सहजी सामील होतो. 'नाथाघरची उफराटी खूण' पद्धतीनं त्यांनी एकूण नाटकाची रचना केली आहे. सामाजिकतेकडून व्यक्तिगततेकडे हे नाटक हिंदोळे घेत राहतं. मुलं आपल्यापासून दुरावू नयेत म्हणून त्यांचं वेगवेगळ्या प्रकारे संगोपन करणारी दोन जोडपी यात आहेत. त्यांच्या संगोपनाच्या पद्धतीतून मुलं कशी घडतात, कशी संस्कारित होतात आणि बाहेरच्या जगात गेल्यावर त्यांचं काय होतं, हे त्यातून

लेखकाला दाखवायचं आहे. या सगळ्यात लेखकानं कुणा एकाला 'व्हिलन' केलेलं नाही, तर परिस्थितीच्या गुंत्यात सापडलेली माणसं आजच्या जगात कशी वागतात, व्यक्त होतात, हे लेखकाला दाखवायचंय. त्यात ते पुरते यशस्वी झाले आहेत, हे नाटकाअखेरीस हसता हसता प्रेक्षकांच्या पाणावलेल्या डोळ्यांतून पाहायला मिळतं.

दिग्दर्शक चंद्रकांत कुलकर्णी यांचं लेखक प्रशांत दळवींशी इतक्या वर्षांचं साहचर्य आणि त्यातून 'हृदयी संवादिजे' स्वरूपातील कलात्मक एकरूपता 'संज्या छाया' मध्येही प्रतीत होते. नाटकाचा 'सार्वजनिक ते व्यक्तिगत' हा बाज त्यांनी अत्यंत नाजूक, तरलतेनं हाताळलाय. भावनिक मेलोड्रामाचे क्षण त्यांनी बुद्ध्याच टाळलेत. प्रेक्षकाने मेलोड्रामात वाहवून न जाता सत्याशी सामना करावा, हा विचार नाटकात कुठंही त्यांनी दृष्टिआड होऊ दिलेला नाही. व्यक्तिरेखाटन हा तर त्यांचा हातखंडा. विभिन्न प्रकृतीची पात्रं यात आहेत. ती ठसठशीतपणे सामोरी येतात. तरीही त्यांची आपापसातील आंतर लय बिघडणार नाही याची खबरदारी त्यांनी घेतली आहे. एक आहे : नाटकात खूप पात्रं असल्याने त्यांच्या परिचयात जरा वेळ जातो. संज्या आणि छाया ही नाटकातली मध्यवर्ती पात्रं. त्यांच्या स्वभाव-विभावातून, वागण्या-बोलण्यातून, व्यक्त-अव्यक्ततेतून नाटक आकारत जाते. या दोन पात्रांच्या मानसिकतेचा, लोणच्यासारख्या मुरलेल्या त्यांच्या नात्याचा आंबट-गोड आलेख दिग्दर्शकानं चढत्या भाजणीनं नाटकात रेखाटला आहे. त्यालाच समांतरपणे काहीशा अर्कचित्रात्मक पद्धतीनं माजी न्या. कानविंदे आणि त्यांची मुख्याध्यापिका पत्नी सौ. कानविंदे हे जोडपं नाटकाची गोडी वाढवतं. या परस्परविरोधी जोडप्यांच्या इंटरॅक्शनमधून एक धमाल हसरं, खेळतं वातावरण नाटकभर प्रसन्नतेचा शिडकावा करतं. प्रदीप मुळ्ये यांनी सकारात्मक वातावरणाचं संज्या – छायाचं घर त्यातल्या तपशिलांनिशी साकारलं आहे. रवि-रसिक यांची प्रकाशयोजना नाटकाचा मूड ठळक करते. पुरुषोत्तम बेर्डेच्या पार्श्वसंगीताने 'तरुणाई' फील सबंध नाटकभर जाणवत राहतो. दासू वैद्य यांच्या गीताला अशोक पत्कींनी संगीत दिलं आहे. उल्हेश खंदारे यांनी रंगभूषेतून पात्रांना 'चेहरा' दिला आहे, तर प्रतिमा जोशी – भाग्यश्री जाधव यांनी वेशभूषेतून! नृत्यरचना खुशबू जाधव यांची आहे.

वैभव मांगले या जात्याच बुद्धिमान, अभिनयाची सखोल जाण असलेल्या

कलाकाराने संज्याचं संयमित, नर्मविनोदी आणि स्थिरबुद्धी व्यक्तिमत्त्व अप्रतिम साकारलं आहे. त्यांच्यातल्या विनोदी नटाला त्यांनी यात कुठंही वाहवू दिलेलं नाही. त्यांचा सहज वावर, संवादफेकीचं अचूक टायमिंग वाखाणण्याजोगंच. विशेषत: एका नाटकी प्रसंगातील त्यांनी कथनी आणि करणीतला विरोधाभास इतका लोभस दाखवलाय, की 'हॅट्स ऑफ' आपसूक तोंडी. निर्मिती सावंत याही चतुरस्र कलावती. छायाचं मोकळंढाकळं रूप, साधे-सरळपणा त्यांच्या नेहमीच्या आक्रमक व्यक्तिमत्त्वाला छेद देणारी ही भूमिका. पण त्यांनी ती तितक्याच निगुतीनं केली आहे. नाटकातले भावनात्मक क्षण, त्यातली वेदना दाखवत असतानाच इतरांपासून ती लपवण्याची त्यांची धडपड त्यांच्यातल्या सशक्त अभिनेत्रीचं दर्शन घडवणारी. सुनील अभ्यंकर यांनी न्यायालयीन भाषा आणि वातावरणाचा गंज चढलेला न्या. कानविंदे अर्कचित्रात्मक रूपात फर्मास वठवलाय. त्यांच्या पत्नीच्या भूमिकेत – मास्तरकी हाडीमांसी मुरलेल्या हेडमास्तरणीच्या रूपात योगिनी चौक- बोन्हाडे मस्त शोभल्यात. आत्मविश्वासाचा अभाव असलेला आणि त्यातून दोन पावलं पुढे – चार पावलं मागे अशा गोंधळलेल्या अवस्थेतला किशोर – राजस मुळे यांनी लक्षवेधी केलाय. अभय जोशी (डॉ. भागवत), आशीर्वाद मराठे (रघू), मोहन साटम (सदावर्ते मास्तर) आणि संदीप जाधव (इन्स्पे. गायकवाड) यांनीही आपापल्या भूमिका चोख साकारल्या आहेत. निवृत्तिपश्चातच्या आयुष्याचं दिशादिग्दर्शन करणारं हे हसतं खेळतं 'संज्या छाया' काळाच्या गोचीवरचा उतारा आपल्याला देतं.. निश्चित!

(सौजन्य : दैनिक लोकसत्ता, २० फेब्रुवारी २०२२)

www.ingramcontent.com/pod-product-compliance
Lightning Source LLC
Chambersburg PA
CBHW021849210725
29891CB00013B/682
* 9 7 8 8 1 9 5 8 3 2 4 6 0 *